世界の言語シリーズ 4

ベトナム語

清水 政明

大阪大学出版会

はじめに

　この教材は、筆者がこれまで大阪外国語大学並びに大阪大学外国語学部ベトナム語専攻初学年の学生を主たる対象とした会話テキストとして使ってきた内容をもとにして、日本語の文法解説及び多くの例文とその日本語訳を追加し、音声CDを添えて大阪大学出版会より刊行したものである。実際には1年生に割り当てられた30コマ内で収まり切らない部分もあるが、初級から中級前半をカヴァーする程度の内容となっているので、利用者のニーズに合わせて適宜内容を取捨選択して使って頂ければよい。もとはと言えば、短期間の語学研修の後に現地にフィールドワークに出かける人達を対象に作成したコンテンツを基礎にしているので若干高度な内容となっているが、丹念に辞書を調べつつ、音声CDを活用し耳に課文を焼きつけながら読み進めていくならば、必ずや一定程度の効果が得られるものと思う。

　ところで、世界のどの言語にも相手を気遣う表現というものがあり、それを適切に使い分けないことには、相手との良好な関係を維持しつつ日常生活を円滑に過ごすことができない。例えば、日本語の「敬語」はその代表的なものであり、日本語学習者はその複雑な構造に日々悩まされることになる。実は、これから読者の皆さんが学ぼうとするベトナム語も日本語に勝るとも劣らない気遣いの表現に満ちている。それをもっとも顕著に表すのが「私」「あなた」を表す人称代名詞である。ベトナム語には無数の「私」「あなた」を表す言葉が存在し、それらをうまく使い分けないことには、いつまで経っても皆さんは外国人のままであり、「大家族ベトナム」の一員とはみなされない。かく言う筆者もベトナム語に初めて触れた時から早25年以上が経つが、それを完璧に使いこなせているとは到底思わない。しかし、何とか相手の気を害さない程度の心遣いができ、互いに何でも話し合える親友と呼べる人がいるので、その程度になるまでの指南をさせて頂くことは可能ではないかと自負している。こう言えるまでに、一体どれだけの回数、「私」あるいは「あなた」を口にしたとたんに相手の顔色が一瞬にして「真顔」に変わる経験をし、眠れぬ夜を過ごしたことかわからない。

　以上のことを効率的に学ぶためには、会話の場面をはっきりと把握しつつ個々の表現を習得することが重要となる。よって、この教材はいわゆる「場面シラバス」と呼ばれる方針でもって構成されており、その場面の中で登場人物がどのよ

うな人称代名詞を使っているのかを逐一確認することが重要となる。

　本教材のもう一つの特徴はいわゆる文法説明を極力簡単にしたことである。というのも、ベトナム語は「孤立語」と呼ばれる類型の言語に属し、単語は変化せず、それを並べる規則（語順）が文法そのものとなるからである。したがって、「　」内に示された文型を例文と共に反復練習することがつまり文法の学習となる。

　ローマ字で表記された現代ベトナム語の中身をのぞいてみると、実は漢字の当たる言葉（漢語）が無数に存在する。それは、上に紹介した「気遣いの表現」同様、かつての中国的儒教思想が現代の言葉に反映された証なのである。本教材では漢字の当たる言葉には一律に［　］内にその漢字を示した。その中に単語の切れ目がある場合にはスラッシュ（／）で区切った。例えば、「携帯電話」を示す語 điện thoại di động の場合、

　　điện thoại di động［電話／移動］　携帯電話

といった具合である。

　この小さな教材ができるまでには非常に多くの人々の手を煩わせた。筆者の生涯の師である冨田健次先生には全ての原稿に目を通して頂き、貴重なご意見を頂いた。ベトナム語の本文・例文全てに対し事細かにネイティブチェックを施してくれたハノイ大学講師 Nghiêm Hồng Vân さん、常に筆者の傍らで細かい意見交換に付き合ってくれた大学院生の近藤美佳さん、Nguyễn Thị Ái Tiên さん、いつも笑いの絶えない雰囲気の中で、原稿の音声収録に付き合ってくれた工学研究科大学院生の Ngô Xuân Trung 君、Nguyễn Duy Huy 君、ハノイ大学からの交換留学生 Lê Như Ngọc さん、そして筆者の授業でしばしば発音練習のモデルになって頂く Nguyễn Thị Tâm さんのご協力に心から感謝の意を表したいと思う。また、音声の録音と編集作業という膨大な作業を献身的に請負って下さった並川嘉文先生には心より感謝の意を表したい。もとより、皆さんより頂いた貴重なご意見を活かしきれていない点はひとえに筆者の力の至らなさの所為である。今後の大切な課題としたいと思う。

　最後に、遅々として進まない筆者の原稿を寛大な心で待ち続けて下さった出版会の落合祥堯氏には感謝の念が絶えない。

2011 年 3 月

清　水　政　明

目　次

はじめに ——————————————————— i

1 課　文字と発音：音節の構造・単母音 ——————— 1
　　1.1　音節の構造　2
　　1.2　単母音　2
　　練習問題　5

2 課　文字と発音：声調 ——————————————— 6
　　2.1　声調　7
　　練習問題　8

3 課　文字と発音：頭子音（1）——————————— 9
　　3.1　頭子音（1）　9
　　練習問題　12

4 課　文字と発音：頭子音（2）——————————— 13
　　4.1　頭子音（2）　13
　　練習問題　16

5 課　文字と発音：末子音 ————————————— 17
　　5.1　末子音　18
　　練習問題　21

6 課　文字と発音：介母音・二重母音 ——————— 22
　　6.1　介母音　23
　　6.2　二重母音　23
　　練習問題　25

7 課　旧友に会う（Gặp bạn cũ）—————————— 26
　　7.1　単語・表現　27

7.2　文法　28
　　　　（1）人称代名詞　28
　　　　（2）あいさつ表現（1）　29
　　　　（3）その他の常用表現　30
　　練習問題　31

8課　先生を訪ねる（Đến thăm thầy giáo）────── 32
　　8.1　単語・表現　33
　　8.2　補充単語　35
　　8.3　文法　36
　　　　（1）あいさつ表現（2）　36
　　　　（2）名詞述語文（là の用法1）　36
　　　　（3）条件の接続詞（là の用法2）　37
　　　　（4）勧誘の表現 mời　37
　　練習問題　38

9課　おいとまする（Chia tay thầy giáo）────── 39
　　9.1　単語・表現　40
　　9.2　補充単語　41
　　9.3　文法　42
　　　　（1）動詞（形容詞）述語文　42
　　　　（2）相手に動作を促す表現 nhé　43
　　　　（3）禁止の表現 đừng　43
　　練習問題　44

10課　家族について話す（1）（Nói chuyện về gia đình）── 45
　　10.1　単語・表現　46
　　10.2　補充単語　47
　　10.3　文法　48
　　　　（1）依頼の表現 làm ơn (cho) ... (với)　48
　　　　（2）動詞の並列　49
　　　　（3）名詞述語文（否定文）　49
　　練習問題　50

11課　家族について話す (2)（Nói chuyện về gia đình）—— 51
 11.1　単語・表現　52
 11.2　補充単語　53
 11.3　文法　53
  （1）(đã) ... rồi, chưa ...　53
  （2）gì　54
 練習問題　55

12課　買い物をする（本を買う）（Đi mua đồ – Mua sách）—— 56
 12.1　単語・表現　57
 12.2　補充単語　58
 12.3　文法　58
  （1）類別詞　58
  （2）指示詞　60
  （3）数詞　60
  （4）場所の表現 ở　62
  （5）方角の表現　62
 練習問題　63

13課　買い物をする（服を買う）（Đi mua đồ – Mua áo）—— 64
 13.1　単語・表現　65
 13.2　補充単語　67
 13.3　文法　68
  （1）使役の表現 cho, để, làm (cho)　68
  （2）比較の表現 (1) hơn, nhất　69
  （3）chỉ ... thôi の表現　69
  （4）単位の表現　69
  （5）譲歩の表現 có ... cũng　70
 練習問題　71

14課　先生に電話をする (1)（Gọi điện thoại cho thầy giáo）– 72
 14.1　単語・表現　73
 14.2　補充単語　73

14.3 文法　74
　（1）một chút の用法　74
　（2）「形容詞＋補語」の構文　74
　練習問題　75

15課　先生に電話をする（2）（Gọi điện thoại cho thầy giáo）— 76
　15.1 単語・表現　77
　15.2 補充単語　78
　15.3 文法　79
　（1）疑問詞 bao giờ　79
　（2）時間の表現 vào …　79
　（3）時間の言い方　79
　（4）副詞 vẫn … / còn …　80
　練習問題　81

16課　友人に電話をする（Gọi điện thoại cho bạn bè）——— 82
　16.1 単語・表現　83
　16.2 補充単語　84
　16.3 文法　84
　（1）… xong の用法　84
　（2）có thể … / không thể … の用法　85
　（3）語気詞 mà　85
　（4）… (là) do … の用法　85
　（5）mượn の用法　86
　（6）bị の用法（1）　86
　（7）bị の用法（2）　86
　練習問題　87

17課　自己紹介する（大学生）（Tự giới thiệu – sinh viên）—— 88
　17.1 単語・表現　89
　17.2 補充単語　89
　17.3 文法　90
　（1）mới の用法　90

（2）đang の用法　　91

　　（3）sẽ の用法　　91

　　（4）được の用法（1）　　92

　　（5）được の用法（2）　　92

　　（6）để の用法　　93

　　（7）属性の表現　　93

　　（8）sự の用法　　93

　　（9）không những ... mà còn ...　　94

　練習問題　　95

18課　自己紹介する（大学院生の場合）

　　（Tự giới thiệu - nghiên cứu sinh）──────── 96

　18.1　単語・表現　　97

　18.2　補充単語　　97

　18.3　文法　　97

　　（1）類別詞 mối, cuộc の用法　　97

　　（2）càng ... càng ... の用法　　98

　　（3）nhân (dịp / tiện) ... の用法　　98

　　（4）動詞句いろいろ（1）　　99

　　（5）đặc biệt là ...　　99

　練習問題　　100

19課　レストランを探す（Tìm cửa hàng）──────── 101

　19.1　単語・表現　　102

　19.2　補充単語　　102

　19.3　文法　　103

　　（1）比較の表現（2）　　103

　　（2）比較の表現（3）　　103

　　（3）経験の表現（1）　　104

　　（4）経験の表現（2）　　104

　　（5）複数を表す表現 các / những　　105

　　（6）nào là ... nào là ...　　105

　　（7）và lại　　105

vii

（8）動詞 + thử (xem)　　106
　　練習問題　107

20課　料理を注文する（1）（Gọi món ăn）——————— 108
　20.1　単語・表現　109
　20.2　補充単語　109
　20.3　文法　110
　　（1）敬意を表す語彙 dùng 等　110
　　（2）動詞 + cho　110
　　（3）muốn + 動詞　111
　　（4）ngoài ... ra の表現　111
　　（5）動詞 + nữa　111
　　（6）仮定の表現 nếu ... thì ...　112
　　（7）譲歩の表現 ... cũng được　112
　　練習問題　113

21課　料理を注文する（2）（Gọi món ăn）——————— 114
　21.1　単語・表現　114
　21.2　補充単語　115
　21.3　文法　116
　　（1）数量を尋ねる表現 mấy / bao nhiêu　116
　　（2）mỗi / mọi　117
　　（3）có ... gì / nào / ai ... không? không /
　　　　chưa / chẳng ... gì / nào / ai ... cả　117
　　練習問題　118

22課　ホテルに着く（Đến khách sạn）——————— 119
　22.1　単語・表現　120
　22.2　補充単語　120
　22.3　文法　121
　　（1）từ ... đến　121
　　（2）動詞句いろいろ（2）　121
　　（3）動詞句 + giúp　121

（4）phải / cần / nên　122

（5）còn …　122

（6）khi　122

（7）… ở …　123

（8）… có … / ở … có …　123

練習問題　124

23課　チケットのリコンファームをする（Tái xác nhận vé máy bay） ───── 125

23.1　単語・表現　126

23.2　補充単語　126

23.3　文法　127

（1）動詞 + lại　127

（2）quý …　128

練習問題　129

24課　タクシーにて（ホテルへ）(1)（Trên tắc xi đến khách sạn） ───── 130

24.1　単語・表現　131

24.2　補充単語　131

24.3　文法　133

（1）sao / tại sao / vì sao　133

（2）so với …　133

（3）動詞 + rằng / là …　134

（4）nghĩ / tưởng …　134

（5）… (mà) … vẫn …　135

練習問題　136

25課　タクシーにて（ホテルへ）(2)（Trên tắc xi đến khách sạn） ───── 137

25.1　単語・表現　137

25.2　補充単語　138

25.3　文法　139

（1）chính　139
（2）lại ＋動詞　139
（3）đúng là …　140
（4）cả / tất cả …　140
（5）… nhỉ　140
練習問題　141

26課　タクシーにて（空港へ）（Trên tắc xi đến sân bay）── 142
26.1　語彙・表現　143
26.2　補充語彙　143
26.3　文法　144
（1）vì / bởi vì / tại vì …, nên …　144
（2）… mà … lại … (nữa)　144
（3）hay / hoặc［或］　145
（4）sắp …　145
（5）chúc … lên đường may mắn　145
練習問題　146

（補充単語一覧）

8課　国名・地域名　35
9課　動詞いろいろ　41
10課　ベトナムの地名、職業名　47
11課　朝・昼・夜、親族名詞　53
12課　お店いろいろ　58
13課　食材・調味料、長さ・重さの単位　67
14課　携帯電話、通信　73
15課　暦　78
16課　地図の中の言葉　84
17課　宗教　89

18課　学問分野　97
19課　料理　102
20課　レストラン関連　109
21課　形容詞いろいろ　115
22課　ホテル関連　120
23課　乗物関連　126
24課　時事問題、省庁　131
25課　教育関連他　138
26課　年月日、曜日　143

文字と発音：音節の構造・単母音

Ẩm thuỷ tư nguyên「飲水思源」

Ẩm	飲			ả		m
Thuỷ	水	th	u	ỷ		
Tư	思	t		ư		
Nguyên	源	ng	u	yê		n

a	e	ê	i		
a	o	ô	u		
a	ăn	ân	ơ	ư	

A	E	Ê	I		
A	O	Ô	U		
A	ĂN	ÂN	Ơ	Ư	

1.1　音節の構造

ベトナム語の音節は以下の5つの要素で構成されている。ベトナム語ではひとつの音節が何らかの意味を持つ場合がほとんどなので、大切な単位である。

	〜			声調
NG	U	YÊ	N	
頭子音	介母音	母音	末子音	

母　音　すべての音節の核となる要素である。二重母音・単母音合わせて14種類ある。
声　調　すべての音節にあって、音節全体の音調を表す要素である。6種類ある。
頭子音　音節の始めに出現する子音である。
介母音　頭子音と母音の間に介在する短い母音である。/w/の1種類だけである。
末子音　音節の末尾に現れる子音である。

```
頭子音  介母音  母音    末子音 ／ 声調
                ả       m         ảm       [飲]
th      u       y                 thuỷ     [水]
t               ư                 tư       [思]
ng      u       yê      n         nguyên   [源]
```

1.2　単母音

母音はすべての音節の核となる要素で、「単母音」と「二重母音」に分けられる。
　母音は発音の際の舌の「高低」、「前後」の位置という2つの基準で分類することができる。二重母音については、第6課で学ぶ。

1課　文字と発音：音節の構造・単母音

二重母音

	前舌	中舌	後舌
高舌	iê (ia)	ươ (ưa)	uô (ua)

単母音

	前舌	中舌	後舌
高舌	i	ư	u
	ê	ơ	ô
中舌		â	
	e		o
低舌		a/ă	

A/a	[a]	日本語の「あ」に近い音だが、「あ」よりも口の開きが大きいことに注意しよう。
E/e	[ɛ]	舌の真中に少し力を入れて口の中に大きな空間を作り出すように「え」を発音してみよう。
Ê/ê	[e]	舌の前方をなるべく上顎に近づけるようにして「え」を発音してみよう。
I/i	[i]	舌をなるべく上顎に近づけるようにして「い」を発音してみよう。
O/o	[ɔ]	唇を突き出さず、口の中に大きな空間を作り出すように「お」を発音してみよう。
Ô/ô	[o]	唇を丸めて前へ突き出すようにして「お」を発音してみよう。
U/o	[u]	唇を丸めて前へ突き出すようにして「う」を発音してみよう。
Ă/ă	[a]	舌や唇の構えはaとほぼ同じだが、発音される時間がaよりも短く、必ず末子音が後続する。
Â/â	[ʌ]	舌をリラックスさせて唇に力を入れず、「あ」を短く発音してみよう。必ず末子音が後続する。
Ơ/ơ	[ɤ]	舌をリラックスさせて唇に力を入れずに「お」を発音してみよう。
Ư/ư	[ɨ]	唇を左右に引きつつ「う」を発音してみよう。

a	a	a	e	e	e
ê	ê	ê	i	i	i
a	a	a	o	o	o
ô	ô	ô	u	u	u
a	a	a	ăn	ăn	ăn
ân	ân	ân	ơ	ơ	ơ
ư	ư	ư			

「食は生活の基本」この当たり前のことを常に感じさせてくれる空間

1課 文字と発音：音節の構造・単母音

練 習 問 題

次の単語を発音してみよう。

ta 我	ca［歌］	ba 3	la 怒鳴る
ve セミ	xe 車	phe 派	me タマリンド
bê 仔牛	tê 痺れる	mê［迷］夢中になる	chê 嘲る
si 愚かな	bi［悲］	li コップ（方言）	mi お前（方言）
co 縮む	to 大きい	lo 心配する	no 満腹の
tô 丼	cô［姑］叔母	mô どこ（方言）	nô［奴］
tu［修］修行する	xu（通貨単位）	chu［周］	hu おいおい（泣き声）
ăn 食べる	văn［文］	năm 年	lăm 5（10以上）
ân［恩］	tân［新］	tâm［心］	lâm［林］
mơ 夢	cơ［機］	sơ［初］	bơ バター
sư［師］	tư［私］	chư［諸］	hư［虚］故障した

文字と発音：声調

a	à	á	ả	ã	ạ
e	è	é	ẻ	ẽ	ẹ
ê	ề	ế	ể	ễ	ệ
i	ì	í	ỉ	ĩ	ị
o	ò	ó	ỏ	õ	ọ
ô	ồ	ố	ổ	ỗ	ộ
u	ù	ú	ủ	ũ	ụ
ơ	ờ	ớ	ở	ỡ	ợ
ư	ừ	ứ	ử	ữ	ự
A	À	Á	Ả	Ã	Ạ
E	È	É	Ẻ	Ẽ	Ẹ
Ê	Ề	Ế	Ể	Ễ	Ệ
I	Ì	Í	Ỉ	Ĩ	Ị
O	Ò	Ó	Ỏ	Õ	Ọ
Ô	Ồ	Ố	Ổ	Ỗ	Ộ
U	Ù	Ú	Ủ	Ũ	Ụ
Ơ	Ờ	Ớ	Ở	Ỡ	Ợ
Ư	Ừ	Ứ	Ử	Ữ	Ự

2.1 声調

　声調はすべての音節にあって、音節全体の声の高さや声の質を決める要素である。正書法上、6種類の声調が区別される。

　ベトナム語の声調は声の高さを変化させるだけでなく、喉をつまらせることにより他と区別するもの（thanh ngã, thanh nặng）がある。

ベトナム語名称	表記	特徴
Thanh ngang（平らな声調）	a	高く平らに発音する。
Thanh huyền（懸かる声調）	à	低く下降する調子で発音する。
Thanh sắc（鋭い声調）	á	上昇する調子で発音する。
Thanh hỏi（尋ねる声調）	ả	低く下降した後少し上昇する調子で発音する。
Thanh ngã（転ぶ声調）	ã	上昇しつつ途中で喉をきしませて発音する。
Thanh nặng（重い声調）	ạ	下降しつつ最後に喉をきしませて発音する。

```
a    ma   お化け      ả    mả   墓
à    mà   しかし      ã    mã   ［馬］
á    má   頬          ạ    mạ   苗
```

練習問題

以下の単語を発音してみよう。

ma [魔]	お化け	ho	咳をする	ta	我	cơ	筋肉
mì	麦	và	〜と	bù	補う	cần	必要な
có	ある	bố	父	tứ [四]		cá	魚
tả [写]		hổ [虎]		bể	海	sẻ	すずめ
sẵn	予め	cỡ	サイズ	sẽ	〜だろう	vẽ	描く
lọ	瓶	cụ	祖祖父母	sợ	恐れる	tự [自]	

食後のカフェは生活のリズムを整えるためのとても大切な時間

文字と発音：頭子音（1）

```
ba      ma
pha     va
ta      tha     sa      xa      da      gia     ra
đa      na      la

BA      MA
PHA     VA
TA      THA     SA      XA      DA      GIA     RA
ĐA      NA      LA
```

3.1　頭子音（1）

		両唇音	唇歯音	歯　　音	歯茎音	硬口蓋音	軟口蓋音	声門音
閉鎖音	無気	(p-)		t-		ch-, tr-	c-/k-/q-	
	有気			th-				
	有声	b-			đ-			
鼻　音		m-			n-	nh-	ng-/ngh-	
摩擦音			ph-, v-	s-, x-, d-, gi-, r-			kh-, g-/gh-	h-
側面音					l-			

頭子音は音節のはじめに現れる子音である。

正書法上、22種類の頭子音が区別される。
頭子音は、発音する箇所（調音点）と発音する方法（調音法）の2つの基準により分類することができる。上の図の横軸が**調音点**、縦軸が**調音法**を表す。

b［ɓ］
日本語の「ば」行音に近いが、しばしば（たばこを吸うように）息を吸いながら発音される。 ba：3

m［m］
日本語の「ま」行の音に近いが、より唇に力を入れて発音される。 ma：お化け

ph［f］
上歯を下唇に軽く触れさせて発音するが、英語の［f］ほど摩擦が強くない。
　　pha：混ぜる

v［v］
上歯を下唇に軽く触れさせて発音するが、phと同様、英語の［v］ほど摩擦が強くない。 và：～と

t［t］
日本語の「た」行の音に近いが、破裂の際に息をもらさず、歯と歯茎の間に舌の先をできるだけ強く押し付けたのを一気に離して発音する。 ta：我

th［tʰ］
日本語の「た」行の音に近いが、破裂の際に軽く息を漏らしながら発音する。舌は歯茎に強く押し付けず、軽く触れるだけ。 tha：放す

x［s］
日本語の「さ」行の音に近い。 xa：遠い

s［ʂ］
x同様、日本語の「さ」行の音に近い。方言によっては、反り舌音［ʂ］で発音される。 sa：落ちる

d [z]
日本語の「ざ」行の音に近い。方言によっては、日本語の「や」行音に近い音 /j/ で発音される。　da：皮膚

gi [z]
d 同様、日本語の「ざ」行音に近い。母音 -iê- および -i が後続する場合、gi- の i が省略され、giê-, gi と表記され ［zie］、［zi］と発音されるので誤って ［ze-］、 ［ɣi］ と発音しないように注意。　già：老いた

r [z]
d-, gi- と同様 ［z］ で発音される。方言によって、巻き舌音 ［r］ で発音される。　ra：出る

đ [ɗ]
日本語の「だ」行の音に近いが、舌をやや後ろの歯茎の部分に接触させて発音するので、むしろ「ら」行音に近い。b- と同じく、しばしば息を吸いながら発音される。　đa：バンヤン樹

n [n]
日本語の「な」行の音に近いが、舌がやや後寄りの歯茎の部分に接触して発音される。　na：釈迦頭（果物）

l [l]
英語の l- に近い。英語の l- と同じく日本語の「ら」行の音で発音するのは正しくない。日本語の「ら」行の音はむしろベトナム語の đ- の音に似ているので注意が必要。　la：怒鳴る

練習問題

以下の単語を発音してみよう。

bố	父	bé	小さい	bà [婆]	祖母	bờ	岸
mẹ	母	má	頬	mở	開ける	mù	盲目の
phở	フォー	phà	フェリー	phố [鋪]	街	phụ [付]	付属の
ve	セミ	về	帰る	vợ	妻	văn [文]	
từ	〜から	tê	痺れる	to	大きい	tổ	巣
thứ	種類	thi	受験する	thế	そのような	thờ	祈る
sẽ	〜だろう	sợ	恐れる	số [数]		sự [事]	
dư [余]	余る	dạ	はい	dễ	容易い	dân [民]	
giá [価]	値段	gió	風	giờ	時間	giữ	保つ
đi	行く	đủ	十分な	đó	それ	để	置く
là	〜である	lẽ	理由	lạ	奇妙な	lo	心配する

# 4課 文字と発音：頭子音（2）

```
cha     tra
nha
ca      ke      qua     nga     nghe    kha     ga      ghe
ha

CHA     TRA
NHA
CA      KE      QUA     NGA     NGHE    KHA     GA      GHE
HA
```

4.1　頭子音（2）

		両唇音	唇歯音	歯　音	歯茎音	硬口蓋音	軟口蓋音	声門音
閉鎖音	無気	(p-)		t-		ch-, tr-	c-/k-/q-	
	有気			th-				
	有声	b-			d-			
鼻　音		m-			n-	nh-	ng-/ngh-	
摩擦音			ph-, v-	s-, x-, d-, gi-, r-*			kh-, g-/gh-	h-
側面音					l-			

ch [tʃ]
日本語の「ちゃ」「ちゅ」「ちょ」の音に近い。 cha：お父さん

tr [tʃ]
ch と同様、日本語の「ちゃ」「ちゅ」「ちょ」に近い音で発音される。方言により反り舌音 [tʂ] で発音される。 tra：[査]

nh [ɲ]
日本語の「にゃ」「にゅ」「にょ」の音に近い。 nhà：家

c, k, q [k]
日本語の「か」行の音に近いが、破裂の際に息を出さないように注意しよう。後続する母音や介母音の有無によって、表記上以下のように書き分けられる。
　　ca：歌

c-	後舌母音・中舌母音の -a, -o, -ô, -u, -ơ, -â-, -ă-, -uô-, -ươ- が後続する場合
k-	前舌母音の -e, -ê, -i, -iê- が後続する場合
q-	介母音が後続する場合、ただし後続母音にかかわらず、介母音は常に -u- で表記される

ng, ngh [ŋ]
日本語の鼻濁音の「が」行の音に近い。後続する母音により ngh- と表記される場合がある。 nghe：聞く

| ng- | 後舌母音・中舌母音の -a, -o, -ô, -u, -ơ, -â-, -ă-, -uô-, -ươ- および介母音が後続する場合 |
| ngh- | 前舌母音の -e, -ê, -i, -iê- が後続する場合 |

kh [x]
日本語にはない音。「か」行の音を発音するとき舌が上顎に接触するやわらかい部分（軟口蓋）と舌との間に、少し隙間を空けて空気を押し出すように摩擦させながら発音する。うまくいかないと h や k の音と間違えられることがあるので注意しよう。 khá：かなり

g, gh [ɣ]
日本語の「が」行の音にやや近いが、発音する際の舌の位置や摩擦の仕方は kh- と同じ。後続する母音により gh- と表記される場合がある。　gà：鶏

g-	後舌母音・中舌母音の -a, -o, -ô, -u, -ơ, -â-, -ă-, -uô-, -ươ- および介母音が後続する場合
gh-	前舌母音の -e, -ê, -i, -iê- が後続する場合 *

＊よって、ghi は [ɣi]、gi は [zi] となる。

h [h]
日本語の「は」行の音に近いが、hu や hư は上下の唇を近づけ過ぎないように発音しよう。近づけ過ぎると phu, phư と間違えられることがあるので注意。
　　há：（口を）開ける

練習問題

以下の単語を発音してみよう。

chị	姉	chờ	待つ	chè	お茶	chú	叔父
trà [茶]	お茶	trễ	遅い	trò	生徒	tre	竹
cá	魚	có	ある	kẻ	人、輩	kể	語る
quá [過]	～過ぎる						
ngã	転ぶ	ngõ	小道	nghe	聞く	nghĩ	考える
khỉ	猿	khô [枯]	乾いた	khó	難しい	khăn	ハンカチ
hư [虚]	故障した	hè	夏	họ	姓	hú	掛け声をかけて呼ぶ

文字と発音：末子音

am	an	ang
áp	át	ác
anh	ênh	inh
ách	ếch	ích
ong	ông	ung
óc	ốc	úc
ai	ay	
ao	au	

AM	AN	ANG
ÁP	ÁT	ÁC
ANH	ÊNH	INH
ÁCH	ẾCH	ÍCH
ONG	ÔNG	UNG
ÓC	ỐC	ÚC
AI	AY	
AO	AU	

5.1　末子音

音節末に現れる子音で、正書法上は 10 種類、発音上は 12 種類の子音が区別される。

閉鎖音の末子音を持つ音節の声調は、thanh sắc か thanh nặng のいずれかである。調音点と調音法により分類したものが下の表である。

	唇音	歯音	硬口蓋音	軟口蓋音	唇軟口蓋音
鼻　音	-m	-n	-nh	-ng	-ng
閉鎖音	-p	-t	-ch	-c	-c
半母音			-i/-y		-o/-u

m ［m］
母音を発音した後に両唇を閉じて［m］を発音する。閉じた唇は開かない。
　tám：8

p ［p］
母音を発音した後に両唇を閉じて［p］を発音する。閉じた唇は開かない。
　tháp：［塔］

n ［n］
母音を発音した後に舌先を上歯の後部と歯茎に接触させて［n］を発音する。閉鎖した部分は開かない。 lan：［蘭］

t ［t］
母音を発音した後に舌先を上歯の裏に接触させて［t］を発音します。閉鎖した部分は開放しない。　mát：涼しい

ng ［ŋ］
母音を発音した後に舌の後部を上顎（軟口蓋）に接触させて鼻濁音の「が」行音を発音する。閉鎖した部分は開放しない。　sang：渡る

c［k］
母音を発音した後に舌の後部を上顎（軟口蓋）に接触させて［k］を発音する。閉鎖した部分は開放しない。　vác：担ぐ

ng［ŋm］
母音を発音した後に舌の後部を上顎（軟口蓋）に接触させて鼻濁音の「が」行音を発音すると同時に唇を閉じる。よって頬が膨らむのが特徴である。閉鎖した部分は開放しない。母音 o, ô, u に後続し、母音は必ず短く発音される。
　　sóng：波

c［kp］
母音を発音した後に舌の後部を上顎（軟口蓋）に接触させて［k］を発音すると同時に唇を閉じる。よって上の ng と同様頬が膨らむのが特徴である。閉鎖した部分は開放しない。上の ng と同様母音 o, ô, u に後続し、母音は必ず短く発音される。　góc：隅

nh［ɲ］
母音を発音した後に、舌の前部を上顎（硬口蓋）に接触させて「にゃ」「にゅ」「にょ」の音を発音する。閉鎖した箇所は開放しない。母音 a, ê, i に後続し、母音は必ず短く発音されるのが特徴である。　anh：兄

ch［k̟/c］
母音を発音した後に、舌を「き」の音を発音する要領で上顎に接触させる。閉鎖した箇所は開放しない。-nh と同じく母音 a, ê, i に後続し、母音は必ず短く発音される。　sách：[冊] 本

i, y［j］
母音 i を発音するときの舌の位置で調音される半母音。以下の条件で、表記上 i と y の2通りに書き分けられる。　sai：間違った、say：酔った

-i	母音 -a, -o, -ô, -u*, -ơ, -uô, -ươ に後続する場合
-y	母音の -ă**, -â, に後続する場合

　*したがって、-ui は母音［u］と末子音［j］の結合、-uy は介母音［w］と母音［i］の結合ということになり、前者は比較的 -u- の部分が長く、後者は比較的 -y の

部分が長く発音される。
**この場合、母音記号が省略されて、-ay と表記される。したがって、-ai と -ay の差異は母音の長短の差異ということになり、-ai は a が長く、-ay は a が短く発音される。

o, u ［w］
上下の唇を接近させて発音する半母音。以下の条件で、表記上 o と u の 2 通りに書き分けられる。　sao：星、sau：後ろ

| -o | 母音 -a, -e に後続する場合 |
| -u | 母音の -ă*, -ê, -i, -iê, -â に後続する場合 |

*この場合、母音記号が省略されて、-au と表記される。したがって、-ao と -au の差異は母音の長短の差異ということになり、-ao は a が長く、-au は a が短く発音される。

一見雑然とした日常生活も、実は詩と歌と花に包まれている

練習問題

以下の単語を発音してみよう。

cám ぬか	ôm 抱く	im 静かな	kem クリーム
thấp 低い	đáp [答] 答える	gặp 会う	kịp 間に合う
khen ほめる	ơn 恩	đen 黒	tên 名前
ít 少ない	tốt 良い	thật [実] 本当の	mệt 疲れた
tháng 月	răng 歯	nâng 掲げる	đảng [党] 政党
cứng 硬い			
bác 伯父・伯母	bắc [北]	gấc 南蛮黄烏瓜(なんばんきからすうり)	thức 起きる
mực 墨			
đóng 閉める	lòng 心	ông [翁] 祖父	cộng [共] 足す
cũng ～も	dùng 使う		
tóc 髪	học [学] 学ぶ	tốc [速]	độc [毒]
cúc [菊]	tục [続]		
bánh 餅	cạnh 傍ら	kênh 運河	mệnh [命]
xinh 美しい	định [定] ～するつもりだ		
khách [客]	gạch レンガ	ếch カエル	chệch 歪んだ
thích [適] 好きな	lịch [暦]		
cãi 喧嘩する	cay 辛い		
cây 木	tỏi ニンニク	tôi 私	núi 山
với ～と一緒に	gửi 送る		
táo リンゴ	sau 後		
câu 文	mèo ネコ	kêu 叫ぶ	chịu 我慢する
lưu [留] 保存する			

# 6課 文字と発音：介母音・二重母音

oa	oay	oe		
uân	uê	uy	uơ	uya
qua	quê			

OA	OAY	OE		
UÂN	UÊ	UY	UƠ	UYA
QUA	QUÊ			

yên	quyên	kia	khuya
nuôi	cua		
lươn	mưa		

YÊN	QUYÊN	KIA	KHUYA
NUÔI	CUA		
LƯƠN	MƯA		

6.1 介母音

頭子音と母音の間に介在する半母音 [w]
正書法上、後続する母音や先行する子音により以下のような書き分けの規則がある。

-o-	母音 -a, -ă, -e が後続する場合。
-u-	母音 -ơ, -â, -ê, -i*, -iê- が後続する場合。
ナシ	上記以外の母音の前には現れない。
qu-	後続母音に関わらず、頭子音が [k] の場合、qu- と表記される。

*介母音と結合すると y と書かれる。

xoá 消す　　hoa 花　　khoẻ 元気な　　doạ 脅す　　xoáy 渦巻き
thuê 雇う　　huệ [恵]　tuy [雖] 〜だが　huỷ [棄] 棄てる　thuở 時
khuya 夜更け
quá [過] 〜過ぎる　　quê 故郷　　　quý [貴] 貴重な　　quần ズボン

6.2 二重母音

母音は「単母音」と「二重母音」に分けられる。ここでは「二重母音」について学ぶ。

iê [ie], ia [iɤ]
末子音・介母音の有無により、表記上以下のように書き分けられる。

	介母音無	-iê-*
末子音有	介母音有	-(u)yê-
末子音無	介母音無	-ia
	介母音有	-(u)ya

*母音で始まる場合は、yê- と表記される。

CD-I 19

yên [安]　　　diêm　マッチ　　　riêng　独自の　　　yêu　愛する
khuyên　助言する　quyền [権]　権利　　chuyện　話
kia　あそこ　　　phía　方向
khuya　夜更け

uô [uo], ua [uɤ]
末子音の有無により、表記上以下のように書き分けられる。

末子音有	-uô-
末子音無	-ua

CD-I 20

buồm　帆　　　　khuôn　枠　　　chuông　鍾　　　nuôi　養う
cua　カニ　　　　vua　王　　　　múa　踊る　　　　thua　負ける

ươ [ɯɤ], ưa [ɯɤ]
末子音の有無により、表記上以下のように書き分けられる。

末子音有	-ươ-
末子音無	-ưa

CD-I 21

lươn　ウナギ　　thường [常]　いつも　　gươm　剣　　　tươi　新鮮な
mưa　雨　　　　xưa　昔　　　　　　　　chữa　直す　　lửa　火

練習問題

次の漢詩をベトナム式の発音で読んでみよう。

春	眠	不	覚	暁
Xuân	miên	bất	giác	hiểu

処	処	聞	啼	鳥
Xứ	xứ	văn	đề	điểu

夜	来	風	雨	声
Dạ	lai	phong	vũ	thanh

花	落	知	多	少
Hoa	lạc	tri	đa	thiểu

7課 旧友に会う
Gặp bạn cũ

兄弟程の年齢差のある旧友同士 Minh（年上）と Hà（年下）が久しぶりに会った。

Minh : Ồ! Lâu quá rồi không gặp em. Em khoẻ không?
Hà : Em chào anh. Cám ơn anh. Em khoẻ, còn anh thế nào?
M : Anh cũng bình thường thôi. Bố mẹ em vẫn khoẻ chứ?
H : Dạ, cám ơn anh. Bố mẹ em vẫn bình thường.
M : Thế à! Lâu quá rồi anh không liên lạc với gia đình em. Cho anh gửi lời hỏi thăm hai bác nhé.
H : Vâng, em cám ơn anh.

姉妹程の年齢差のある旧友同士 Thu（年上）と Vân（年下）が久しぶりに会った。

Thu : Ồ! Lâu quá rồi không gặp em. Em khoẻ không?
Vân : Em chào chị. Cám ơn chị. Em khoẻ, còn chị thế nào?
T : Chị cũng bình thường thôi. Bố mẹ em vẫn khoẻ chứ?
V : Dạ, cám ơn chị. Bố mẹ em vẫn bình thường.
T : Thế à! Lâu quá rồi chị không liên lạc với gia đình em. Cho chị gửi lời hỏi thăm hai bác nhé.
V : Vâng, em cám ơn chị.

7.1 　単語・表現

Minh [明]	ミン（人名・男性）
ồ	おや（不意の出来事に対する驚き）
lâu	長い間、久しい
quá [過]	〜すぎる、非常に〜
rồi	〜た（完了）
không	〜ない（否定）、〜ですか（疑問）
gặp	会う
em	君、弟、妹
khoẻ	元気な
chứ	〜ですよね（確認）
Hà [河]	ハー（人名・ここでは男性）
chào	挨拶する、常に使える挨拶言葉
anh	貴方、兄
cám ơn / cảm ơn	ありがとう
còn	一方〜は
cũng	〜も
bình thường [平常]	相変わらずの、変わりない
... thôi	〜だけ
thế nào?	どうですか
bố mẹ	両親
vẫn	依然として、相変わらず
Thế à!	そうなの。
liên lạc với ... [聯絡／-]	〜に連絡する、〜と連絡をとる
gia đình [家庭]	家族、家庭
cho ... gửi lời hỏi thăm 〜	〜によろしく伝える
bác	伯父、伯母
nhé	〜してくださいね、〜しますね
Thu [秋]	トゥー（人名・女性）
Vân [雲]	ヴァン（人名・女性）

7.2 文法

(1) 人称代名詞

　ベトナム語で「私・あなた・彼・彼女」を表す人称代名詞は、話し手と聞き手、話し手と第三者（彼・彼女）との間の関係でさまざまに変化する。その基準は大きく以下の3つにわけられる。

① 男女の差
② 年齢・社会的地位の差
③ 関係の親疎

　まず、ここでは本文の Minh と Hà の会話に出てくる anh（貴方・兄）と em（君、弟・妹）の使い方を観察してみよう。親しい間柄で兄弟程度の年齢差のある二人の男性のうち、年上の Minh は、自分を anh と称し、年下の Hà を em と呼んでいる。一方、年下の Hà は自分を em、Minh を anh と呼んでいる。つまり、お互い親しい間柄では、年上の方は自分を呼ぶときも相手から呼ばれるときも anh であり、年下の方は常に em である。これは二人が兄弟ほどの年齢差の場合で、元々「兄」を意味する anh、「弟・妹」を意味する em が人称代名詞として転用されているのであり、最も典型的な人称代名詞の例である。

　同様に親しい間柄で使われるペアのうち日常的によく使うものを以下に示しておく。但し、目下から目上への場合、初対面でもそのまま使用可である。

(年上)		(年下)	
thầy	↔	em	先生（男性）と生徒
cô	↔	em	先生（女性）と生徒
bác	↔	cháu	伯父・伯母と甥・姪ほどの年齢差の2人
chú	↔	cháu	叔父と甥・姪ほどの年齢差の2人
cô	↔	cháu	叔母と甥・姪ほどの年齢差の2人
anh	↔	em	兄弟（兄妹）ほどの年齢差の2人
chị	↔	em	姉弟（姉妹）ほどの年齢差の2人
bố（ba）	↔	con	父親と子供
mẹ（má）	↔	con	母親と子供
ông / bà	↔	cháu	祖父／祖母と孫

(2) あいさつ表現 (1)

　ベトナム語のあいさつ表現には、平叙文を使う表現と疑問文を使う表現がある。平叙文を使う表現は、動詞 chào「あいさつする」を使い、疑問文は、「元気ですか」「どちらへ行かれますか」「今からお食事ですか」等の文を用いる。

(平叙文の表現)
Chào anh. / Chào chị.　　　　　　　　　（こんにちは・さようなら）
　［兄弟ほどの年齢差の年上の男性／女性に対して］
Em chào anh. / Em chào chị.　　　　　　（こんにちは・さようなら）
　［兄弟ほどの年齢差の年上の男性／女性に対して少し丁寧に］
Cháu chào ông ạ. / Cháu chào bà ạ.　　　（こんにちは・さようなら）
　［祖父・祖母ほどの年齢差のおじいさん／おばあさんに対して］
Em chào thầy ạ. / Em chào cô ạ.　　　　（こんにちは・さようなら）
　［男性の先生／女性の先生に対して］
Xin chào các bạn.　　　　　　　　　　（皆さんこんにちは）
　［不特定多数の人の前で］

(疑問文の表現)
Em khoẻ chứ?　　　　　　　　　　　　（君、元気？）
　［よく知っている兄弟ほどの年齢差の年下の相手に対し］
Anh khoẻ chứ ạ?　　　　　　　　　　　（お元気ですか？）
　［よく知っている兄弟ほどの年齢差の年上の相手に対し］
Em đi đâu về thế?　　　　　　　　　　（どこへ行ってきたの？）
　［年下の男性／女性に道端でばったり会った時に］
Cháu đi chơi đấy à?　　　　　　　　　（遊びにいくのかい？）
　［子供に対して］
Thầy đi ăn cơm trưa đấy ạ?　　　　　　（お昼ご飯ですか？）
　［昼御飯時に外で男性の先生に会った時］
Em đi ăn cơm trưa đấy à?　　　　　　　（お昼ご飯かい？）
　［昼御飯時に外で年下の男性・女性に会った時］

(3) その他の常用表現

その他、日常的によく使う表現を以下に挙げておく。

Lâu quá không gặp em.	久しぶり。
Anh vẫn bình thường.	相変わらずだよ。
Cho anh gửi lời hỏi thăm hai bác nhé.	ご両親によろしく。
Cám ơn anh.	ありがとう。
Em cám ơn thầy.	先生、ありがとうございます。
Không có gì.	どういたしまして。
Chị có sao không?	どうかしましたか。
Không sao.	だいじょうぶ。
Xin lỗi em.	ごめん。
Cháu xin lỗi bác ạ.	申し訳ありません。
Chúc em ngủ ngon.	おやすみ。

7課　旧友に会う　Gặp bạn cũ

練 習 問 題

1．以下の（　）内に適当な言葉を補充して会話文を完成させなさい。

　　Thu :　Lâu quá (　　) (　　) chị.
　　　　　Chị có khoẻ không?
　　Oanh : Cám ơn em. (　　) khoẻ.
　　　　　(　　) cũng khoẻ chứ?
　　Thu :　Dạ, cám ơn (　　).
　　　　　Em vẫn bình thường.
　　Oanh : Lâu quá chị không liên lạc với gia đình (　　).
　　　　　Cho (　　) gửi lời hỏi thăm hai (　　) nhé.
　　Thu:　 Dạ, cám ơn (　　).

2．次の表現を完成させなさい。

　　(1) (　　) cám ơn (　　).　　　［男性の先生にむかって］
　　(2) (　　) chào (　　) ạ.　　　［年下の男性から女性にむかって］
　　(3) Dạ, (　　) (　　) (　　).　　［どういたしまして］
　　(4) (　　) xin lỗi (　　) ạ.　　　［伯父さんにむかって］
　　(5) (　　) chào (　　) ạ.　　　［父親にむかって］
　　(6) Cho (　　) gửi lời hỏi thăm hai bác nhé.
　　　　　　　　　　　　　　　　　　　［年下の女性から男性にむかって］
　　(7) Lâu quá không gặp (　　) ạ.　［伯母さんにむかって］

8課 先生を訪ねる
Đến thăm thầy giáo

ベトナム人留学生 Hà（男性）がベトナム語を研究する田中先生（男性）の研究室を初めて訪ねていく。

Hà:	(cộc, cộc, cộc)
Thầy Tanaka:	Mời vào.
Hà:	Dạ, thầy làm ơn cho em hỏi đây có phải là phòng thầy Tanaka không ạ?
Thầy Tanaka:	Đúng rồi em ạ. Có việc gì không em?
Hà:	Dạ, em tên là Nguyễn Hải Hà, là lưu học sinh Việt Nam. Em nghe nói thầy đang nghiên cứu về tiếng Việt. Hôm nay em đến thăm thầy vì có chút việc xin được trao đổi với thầy.
Thầy Tanaka:	Thế hả em? Mời em vào. Tôi rất vui được gặp em.
Hà:	Dạ, em xin phép. Em thành thật xin lỗi thầy vì đến thăm thầy bất ngờ như thế này mà không liên lạc trước.
Thầy Tanaka:	Không sao, không sao. Em đến thăm tôi như vậy là quý lắm rồi.

ベトナム人留学生 Vân（女性）がベトナム語を研究する田中先生（女性）の研究室を初めて訪ねていく。

Vân	(cộc, cộc, cộc)
Cô Tanaka:	Mời vào.

Vân:		Dạ, cô làm ơn cho em hỏi đây có phải là phòng cô Tanaka không ạ?
Cô Tanaka:		Đúng rồi em ạ. Có việc gì không em?
Vân:		Dạ, em tên là Nguyễn Hồng Vân, là lưu học sinh Việt Nam. Em nghe nói cô đang nghiên cứu về tiếng Việt. Hôm nay em đến thăm cô vì có chút việc xin được trao đổi với cô.
Cô Tanaka:		Thế hả em? Mời em vào. Cô rất vui được gặp em.
Vân:		Dạ, em xin phép. Em thành thật xin lỗi cô, vì đến thăm cô bất ngờ như thế này mà không liên lạc trước.
Cô Tanaka :		Không sao, không sao. Em đến thăm cô như vậy là quý lắm rồi.

8.1　単語・表現

đến	来る、着く
thăm	訪ねる
thầy giáo [-／教]	先生（男性）
thầy ...	～先生（男性の先生への敬称）
cô giáo [姑教]	先生（女性）
cô [姑] ...	～先生（女性の先生への敬称）
cộc, cộc, cộc	コン、コン（ドアをノックする音）
mời	どうぞ～してください
vào	入る
làm ơn cho ... hỏi	お尋ねいたします　（→ 10課参照）
có phải ... không?	～ですか
đây	ここ、これ

A là B	A は B である
phòng［房］	部屋
đúng rồi	そうです
việc	仕事、用事
... thế	（疑問文の句末に置かれて）一体
thế	（前述の事態を受けて）そう、それで
hả	（疑問文の文末に二人称代名詞と一緒に置かれて）親しさを表しつつ、疑問の意を和らげる
lưu học sinh［留学生］	留学生
Việt Nam［越南］	ベトナム
tên	名前
Nguyễn Hải Hà［阮海河］	グエン・ハイ・ハー（男性の名前）
Nguyễn Hồng Vân［阮紅雲］	グエン・ホン・ヴァン（女性の名前）
nghe nói ...	～らしい、～と聞いた
đang ...［当］	～している
nghiên cứu về ...［研究／-］	～について研究する
tiếng Việt［-／越］	ベトナム語
hôm nay	今日
vì ...	～なので
chút ...	少し（の）
xin ...	（動詞の前に置かれて）～させて頂く
được ...	（動詞の前に置かれて）～できる、～する機会に恵まれる（→17課参照）
trao đổi với ...	～と意見交換する、～と相談する
tôi	私
rất ...	とても～
vui	嬉しい、楽しい
xin phép	失礼する（→40頁）
thành thật［誠実］	心から
xin lỗi	申し訳ありません
bất ngờ［不／-］	不意に（の）
như thế này［如／-］	このように
mà	～のに（逆接）
trước	あらかじめ

8課　先生を訪ねる　Đến thăm thầy giáo

không sao	大丈夫だ
như vậy [如／-]	この（その）ように
... là ...	～すれば～（順接）
quý [貴]	尊い、貴重な
... lắm	とても～
... rồi	（動詞句の後に置かれ）～した（完了）、（形容詞の後に置かれ）じゅうぶん～だ

8.2　補充単語（国名・地域名）

CD-I 29

Châu Á [州／亜]　アジア	Pháp [法]　フランス
Nhật Bản [日本] (tiếng Nhật)　日本（日本語）	Áo [墺]　オーストリア
	Thuỵ Sĩ [瑞士]　スイス
Việt Nam [越南] (tiếng Việt)　ベトナム（ベトナム語）	Thuỵ Điển [瑞典]　スウェーデン
	Đức [徳]　ドイツ
Hàn Quốc [韓国] (tiếng Hàn)　韓国（韓国語）	Na Uy [那威]　ノルウェー
	Hà Lan [荷蘭]　オランダ
Bắc Triều Tiên [北朝鮮]　北朝鮮	Đan Mạch [丹麦]　デンマーク
Trung Quốc [中国] (tiếng Trung)　中国（中国語）	Hy Lạp [希臘]　ギリシャ
	Mỹ [美]　アメリカ
Đông Nam Á [東南亜]　東南アジア	Ca-na-đa　カナダ
Campuchia　カンボジア	Mê-hi-cô　メキシコ
Lào　ラオス	Cuba　キューバ
Thái Lan (tiếng Thái)　タイ（タイ語）	Bra-xin　ブラジル
Mi-an-ma　ミャンマー	Peru　ペルー
Phi-líp-pin　フィリピン	Ác-hen-ti-na　アルゼンチン
In-đô-nê-xia　インドネシア	Ai Cập [埃及]　エジプト
Nga [俄]　ロシア	Ấn Độ [印度]　インド
Châu Âu [州／欧]　ヨーロッパ	Thổ Nhĩ Kỳ [土耳其]　トルコ
Anh [英]　イギリス	Ba Tư [波斯]　ペルシャ
Ý [意]　イタリア	Châu Phi [州／非]　アフリカ
Tây Ban Nha [西班牙]　スペイン	Úc [澳]　オーストラリア
Bồ Đào Nha [葡萄牙]　ポルトガル	Tân Tây Lan [新西蘭]　ニュージーランド

8.3　文法

(1)　あいさつ表現 (2)

ここでは丁寧な挨拶表現について学ぶ。

Tôi rất vui được gặp em.	(会えてうれしいです。)
Tôi rất hân hạnh được gặp anh.	(お会いできて光栄です。)
Xin lỗi em.	(ごめんなさい。)
Em thành thật xin lỗi thầy.	(誠に申し訳ございません。)
Cảm ơn em.	(ありがとう。)
Em xin chân thành cảm ơn thầy.	(心よりお礼申し上げます。)

(2)　名詞述語文（là の用法 1）

「A は B である」型の名詞を述語とする文型である。要素 A と B を là「～である」でつなげばよい。疑問文を作る場合は、

① 文末に …, phải không? を付加する方法

② A có phải là B không? あるいは Có phải A là B không? の形にする方法

がある。① は「確認」のニュアンスで使われることが一般的である。

Em là sinh viên Việt Nam.	(僕／私はベトナム人の学生です。)
Đây là bạn tôi.	(こちらは私の友人です。)
Tên em là Lê Hoàng Anh.	(僕の名前はレー・ホアン・アィンです。)
Em là sinh viên Nhật Bản, phải không?	(君は日本人の学生ですよね。)
— Dạ, vâng ạ. Em là sinh viên Nhật Bản ạ.	(はい、僕／私は日本人の学生です。)
— Dạ, không ạ. Em là sinh viên Hàn Quốc ạ.	(いいえ、僕／私は韓国人の学生です。)
Anh có phải là anh Nam không?	(貴方はナムさんですか。)
— Vâng, tôi là Nam.	(はい、私はナムです。)
Đây có phải là phòng họp không ạ?	(ここは会議室ですか。)
— Dạ, phải ạ.	(はい、そうです。)

Có phải chị là lưu học sinh Nhật Bản không?
(貴女は日本人留学生ですか。)
— Dạ, không ạ. Em là lưu học sinh Trung Quốc ạ.
(いいえ。私は中国人留学生です。)
Có phải đây là toà nhà B không ạ?　(ここはB棟ですか。)
— Dạ, đúng ạ. Đây là toà nhà B.　(はい、そうです。ここはB棟です。)

（3）条件の接続詞（là の用法2）

là には上記のような名詞と名詞をつなげる役割のほかに、節と節をつなげて条件の意味「〜すると」の意味を表す役割もある。

Em nói như vậy là anh mừng lắm!
(君がそのように言ってくれるなら、僕はとても嬉しいよ。)
Đi khám bệnh là khỏi ngay đấy.　(診察に行けば、すぐ良くなるよ。)
Tôi gọi nó là nó đến ngay.　(私があの子を呼べば、すぐにやってくる。)

（4）勧誘の表現 mời

動詞 mời「招く」は、「mời（人）（動詞）」の形で「（人）に（〜すること）を勧める」という意味で用いられるほか、「（私）mời（あなた）（動詞）」の形で、相手を誘って「どうぞ〜して下さい」という場合にも用いる。文脈によって（　）内の要素は省略される。

Hôm nay tôi sẽ mời anh đi ăn cơm.　(今日は私が御馳走します。)
Em mời thầy, em mời cô, em mời anh, em mời chị.
(先生、奥様、お兄さん、お姉さん、頂きます。)
　[先生のお宅で食事をご馳走になる時、食事に手を付ける際にかける言葉]
Mời chị uống nước.　(お水（お茶）をどうぞ。)
Mời anh dùng cơm.　(御飯をお召し上がり下さい。)
Mời bác xơi cơm.　(御飯をお召し上がり下さい。)

練 習 問 題

1．次の文を［　］内の場合にふさわしい表現に書き替えなさい。

　　(1)　Tôi rất vui được gặp chị.　　［男性の先生に初めて会った場合］
　　(2)　Chị có phải là chị Tiên không?
　　　　　　　　　　　　　　　　［男性の Nam さんに向かって言う場合］
　　(3)　Mời anh ăn cơm.
　　　　　　　　［自分の親より少し年上の男性に対して丁寧に言う場合］
　　(4)　Cảm ơn em.
　　　　　　　　　［女性の先生に対して非常に丁寧に御礼を言う場合］
　　(5)　Em thành thật xin lỗi cô.
　　　　　　　　　　　　［自分より少し年下の人に軽く謝る場合］

2．次の文をベトナム語に訳しなさい。

　　(1)　あなたは日本人留学生ですか。　　　　［先生から学生へ］

　　(2)　あなたは Thu さんですか。　　［自分より年上の女性へ］

　　(3)　こちらは Thu 先生のお部屋ですか。

　　(4)　先生にお会いできてとても嬉しいです。　　［男性の先生へ］

　　(5)　君がそう言ってくれて、僕は嬉しいよ。　　［年下の男性へ］

9課 おいとまする

Chia tay thầy giáo

8課と同じ場面で、登場人物である留学生が田中先生の部屋からおいとましようとする。

Hà:	Ôi, đã 5 giờ rồi ạ? Nói chuyện với thầy vui quá, nên em quên mất cả thời gian. Chắc thầy còn bận việc, em xin phép thầy em về ạ.
Thầy Tanaka:	Không sao đâu, em cứ tự nhiên. Tôi cũng không có việc gì gấp cả. À, em uống thêm trà nhé.
Hà:	Dạ, thôi, em cảm ơn thầy. Em uống đủ rồi ạ. Thầy cho em gửi lời hỏi thăm gia đình thầy nhé. Em xin phép thầy em về ạ.
Thầy Tanaka:	Ừ, cảm ơn em. Thế em về nhé. Khi nào có thời gian, em đừng ngại, cứ đến đây chơi nhé. Chào em.
Vân:	Ôi, đã 5 giờ rồi ạ? Nói chuyện với cô vui quá, nên em quên mất cả thời gian. Chắc cô còn bận việc, em xin phép cô em về ạ.
Cô Tanaka:	Không sao đâu, em cứ tự nhiên. Cô cũng không có việc gì gấp cả. À, em uống thêm trà nhé.
Vân:	Dạ, thôi, em cảm ơn cô. Em uống đủ rồi ạ. Cô cho em gửi lời hỏi thăm tới gia đình cô nhé. Em xin phép cô em về ạ.
Cô Tanaka:	Ừ, cảm ơn em. Thế em về nhé. Khi nào có thời gian, em đừng ngại, cứ đến đây chơi nhé. Chào em.

9.1 単語・表現

chia tay ...	～と別れる
ôi	おや（驚きの感嘆詞）
đã ... rồi	もう～だ（→ 11 課参照）
nói chuyện với ...	～と話をする
quên mất	忘れてしまう
(ngay) cả ...	～さえ（目的語の位置では cả のみ）
chắc	恐らく
còn	まだ
bận việc	忙しい
xin phép	失礼する
về	帰る
không ... đâu	～ない（強い否定）
không sao	大丈夫だ
cứ tự nhiên［-／自然］	構わず遠慮しないで
không có ... cả	～は何もない
gấp	急ぎの
à	あ（何かに気付いた時の感嘆詞）
uống	飲む
... thêm	更に～する、加える
trà［茶］/ chè	お茶
chè	チェー（ベトナム風ぜんざい）
nhé	～してね（文末に置いて、相手に行動を促す）
thôi	止める
đủ	十分
tới ...	～へ
ừ	うん（自分より下の立場の人に対して、同意する意）
khi nào ...	いつ（疑問文）、～するときはいつも（肯定文）
đừng	～するな（禁止）
ngại［碍］	遠慮する、躊躇する
cứ ...	構わず～する
chơi	遊ぶ

9.2 補充単語（動詞いろいろ）

nói chuyện　話をする
đọc sách［-／冊］　本を読む
viết thư［-／書］　手紙を書く
về nhà / về quê / về nước　帰宅する／帰省する／帰国する
uống rượu / uống bia / uống (nước) chè / uống trà［茶］/ uống nước / uống thuốc　酒を飲む／ビールを飲む／お茶を飲む／お茶を飲む／飲み物（お茶、ジュース、水…）を飲む／薬を飲む
gửi thư［-／書］　手紙を送る
đi chơi / đi học［-／学］/ đi vệ sinh［-／衛生］/ đi làm　遊びに行く・出かける／学校に行く／トイレに行く／仕事に行く
ăn cơm / ăn bánh mì / ăn chè　御飯を食べる（食事をする）／パンを食べる／チェー（ベトナム風ぜんざい）を食べる
nghỉ　休む
đánh chữ / đánh bài / (đánh) lừa　文字をタイプする／トランプする／～をだます
nhắn tin　伝言する
mặc áo　服を着る
cởi áo　服を脱ぐ
đội mũ　帽子をかぶる
đeo đồng hồ［-／銅壺］/ đeo kính［-／鏡］　時計をはめる／メガネをかける
chơi đàn［-／弾］　楽器を弾く
chơi bóng chuyền / chơi bóng bàn / chơi bóng rổ / chơi bóng chày / (chơi) bóng đá または đá bóng　バレーボールをする／卓球をする／バスケットボールをする／野球をする／サッカーをする
mua đồ　買い物をする
xem phim / xem ti-vi　映画を見る／テレビを見る

9.3 文法

(1) 動詞（形容詞）述語文

「主語＋動詞（形容詞）」の形で「～が～する（～である）」の意味を表す。動詞だけではなく、形容詞が述語になる場合にも主語と形容詞の間に là が入ることはない。動作の対象となる目的語がある場合には、通常動詞の後に置かれる。否定文をつくる場合には、動詞の前に否定辞 không を置き、疑問文をつくる場合には、動詞句・形容詞句を có ... không ではさめばよい。

（平叙文）
Em uống bia ạ.	（僕（私）はビールを飲みます。）
Tôi ra Hà Nội.	（私はハノイへ行きます。）
Bây giờ tôi bận một chút.	（今、私は少し忙しい。）

（否定文）
Tôi không uống rượu.	（私は酒を飲みません。）
Nó không bận.	（あの子（あいつ）は忙しくない。）
Nó không muốn đi nước ngoài.	（あの子（あいつ）は外国へ行きたくない。）

（疑問文）
Anh có uống bia không ạ?	（ビールを飲みますか。）
Có, anh uống bia Hà Nội.	（うん。僕はハノイビールを飲む。）
Em có ăn chè không?	（チェー食べる？）
Dạ, có ạ. Em rất thích ăn chè!	（はい、頂きます。私はチェーが大好きです。）
Em có thích không?	（好き？）
Dạ, em thích lắm ạ.	（はい、とても好きです。）

9課　おいとまする　*Chia tay thầy giáo*

（2）相手に動作を促す表現　nhé

　文末に置かれて、話者の気持ちを表す助詞を「語気助詞」または「語気詞」と言う。その中のひとつに相手に動作を促す気持ちを表す nhé がある。多くの場合、親しい相手に対して使用する。文脈によっては軽い命令の意味になる。

　　Em ăn cơm nhé.　　　　　　　　　（御飯どうぞ。）
　　　［年下の相手に］
　　Hôm nay anh em mình cùng đi chơi nhé.　（今日は一緒に出かけよう。）
　　　［年下の親しい相手または年上の親しい男性に］
　　Anh cho em gửi lời hỏi thăm thầy Tanaka nhé.
　　　　　　　　　　　　　　　　　　（田中先生によろしくお伝え下さい。）
　　　［年上の男性に］

（3）禁止の表現　đừng

　主語と動詞の間に đừng や chớ を置いて「禁止」の意味を表す。主語が省略される場合もある。また、主語の前に xin を置いて丁寧な禁止の表現をつくることもできる。文末に上述の nhé を置いて、禁止の意を和らげることも可能である。

　　Anh đừng uống nhiều nhé.　　　　（沢山飲んじゃだめですよ。）
　　　［年上の男性に］
　　Anh đừng đi một mình nhé.　　　　（一人で行かないで。）
　　　［年上の男性に］
　　Xin chị đừng quên mang theo vé ạ.　（チケットをどうぞお忘れなく。）
　　　［年上の女性、または女性の客に］

練習問題

1．正しい文になるように単語を並べ替えなさい。

　(1)　(không　　tôi　　thích　　chè　　uống).
　(2)　(quên　　em　　viết　　nhé　　thư　　đừng).
　(3)　(nhiều　　đừng　　xin　　uống　　anh).
　(4)　(cứ　　em　　nhiên　　tự).
　(5)　(có　　ạ　　không　　bận　　anh)?

2．次の文を指示に従って書き替えなさい。

　(1)　Em có uống bia không?　　　［主語を thầy に］
　(2)　Tôi không thích ăn chè.　　　［主語を cháu にして疑問文に］
　(3)　Em uống rượu nhé.　　　［禁止の文に］
　(4)　Em đi một mình nhé.　　　［禁止の文に］
　(5)　Em có thích đá bóng không?　［否定文で答える］

3．次の文をベトナム語に訳しなさい。

　(1)　野球をするのは好きですか？　　　　［主語を anh にして］
　(2)　今日は一緒に出かけよう。
　　　　　　　　　　　　　［年上の女性が年下の相手に向かって］
　(3)　帽子をかぶるのを忘れないでね。　　［年下の相手に向かって］
　(4)　私には楽しい話は何もありません。　［主語を tôi にして］
　(5)　あの子をだましちゃだめだよ。　　　［年下の相手に向かって］

10課 家族について話す (1)
Nói chuyện về gia đình

Hiếu さん (25 歳) がバス停で初めて会った岡田さん (30 歳) に話しかける。 CD-I 34

Hiếu: Anh làm ơn cho hỏi xe này đi Hải Phòng phải không?

Okada: Xin lỗi, tôi mới đến Việt Nam hôm qua nên tôi không biết.

H: Ồ! Thế anh không phải là người Việt Nam à? Thế mà anh nói tiếng Việt giỏi quá!

O: Vâng, tôi là người Nhật, tôi từ Nhật sang đây công tác. Mười năm trước, tôi đã từng du học ở đây.

H: Thế ạ? Thảo nào anh nói tiếng Việt giỏi thế! Thế anh đang làm gì ở đây?

O: Tôi sang đây dự hội thảo khoa học, tôi nghiên cứu về lịch sử Việt Nam.

H: Như vậy anh là giáo sư phải không?

O: Dạ, vâng ạ.

Hùng さん (60 歳) がバス停で初めて会った岡田さん (30 歳) に話しかける。 CD-I 35

Hùng: Anh làm ơn cho tôi hỏi xe này đi Hải Phòng phải không?

Okada: Xin lỗi bác, cháu mới đến Việt Nam hôm qua nên cháu không biết ạ.

H: Ồ! Thế anh không phải là người Việt Nam à? Thế mà anh nói tiếng Việt giỏi quá!

45

O:	Dạ, cháu là người Nhật, cháu từ Nhật sang đây công tác. Mười năm trước, cháu đã từng du học ở đây ạ.	
H:	Thế à? Thảo nào anh nói tiếng Việt giỏi thế! Thế anh đang làm gì ở đây?	
O:	Dạ, cháu sang đây dự hội thảo khoa học, cháu nghiên cứu về lịch sử Việt Nam.	
H:	Như vậy anh là giáo sư phải không?	
O:	Dạ, vâng ạ.	

10.1 単語・表現

về ...	〜について	Nhật [日]	日本（Nhật Bản [日本]の省略形）
làm ơn (cho ...)	〜して下さい		
hỏi	尋ねる	công tác [工作]	仕事する
xe	車	mười	10
... này	この〜	năm	年
Hải Phòng [海防]	ハイフォン（地名、北部の港町）	... trước	〜前
		đã từng ...	〜したことがある
..., phải không?	〜ですよね	du học [游学]	留学する
mới ...	〜したばかり	ở ...	（場所）で
hôm qua	昨日	thế ạ?	そうですか
biết	知っている	thảo nào ... [討／-]	道理で、なるほど
không phải (là ...)	〜ではない	làm	する
người	人	dự [与]	参加する
... à?	〜ですか	hội thảo [会／討]	会議
thế mà ...	それなのに	khoa học [科学]	学術的な
nói	話す	lịch sử [歴史]	歴史
giỏi	上手な	giáo sư [教師]	大学教員、教授
từ ... sang	〜から来る	vâng	はい

10課　家族について話す（1）　Nói chuyện về gia đình

10.2　補充単語（ベトナムの地名、職業名）

Nước Cộng hoà Xã hội Chủ nghĩa Việt Nam ［-／共和／社会主義／越南］
　　　　　　　　　　　　　　　　　　　ベトナム社会主義共和国
Hà Nội ［河内］　　　　　　　　　　　　ハノイ(ベトナム社会主義共和国の首都)
Thành phố Hồ Chí Minh ［城鋪／胡志明］　ホーチミン市
Sài Gòn　　　　　　　　　　　　　　　　サイゴン（ホーチミン市の旧称）
Hải Phòng ［海防］　　　　　　　　　　　ハイフォン
Huế ［化］　　　　　　　　　　　　　　　フエ（中部の古都）
Đà Nẵng ［沱瀼］　　　　　　　　　　　　ダナン
Cần Thơ　　　　　　　　　　　　　　　　カントー
Hạ Long ［下龍］　　　　　　　　　　　　ハロン（世界自然遺産の港がある）
Phong Nha - Kẻ Bàng ［峰牙／-］　　　　　フォンニャー・ケバン（世界自然遺産の洞窟がある）
Hội An ［会安］　　　　　　　　　　　　 ホイアン（17世紀に日本人街があった場所）
Đà Lạt　　　　　　　　　　　　　　　　　ダラット
Vũng Tàu　　　　　　　　　　　　　　　 ブンタオ
Mỹ Tho ［美萩］　　　　　　　　　　　　 ミート
Cà Mau　　　　　　　　　　　　　　　　 カマウ
Phú Quốc ［富国］　　　　　　　　　　　　フークオック

công chức ［公職］	公務員		thầy địa lý ［-／地理］	（風水を見る）占師
nhân viên ［人員］	職員		thầy bói	占師
giáo viên ［教員］	教師		nhà báo ［-／報］	新聞記者
diễn viên ［演員］	俳優、女優		nhà văn ［-／文］	作家
kỹ sư ［技師］	技師		nhà nghiên cứu ［-／研究］	研究者
giáo sư ［教師］	教授		doanh nhân ［営人］	ビジネスマン
luật sư ［律師］	弁護士		nhạc sĩ ［楽士］	音楽家
nhà sư ［-／師］	僧		ca sĩ ［歌士］	歌手
thầy giáo ［-／教］	先生（男）		nghệ sĩ ［芸士］	芸術家
cô giáo ［姑教］	先生（女）		hoạ sĩ ［画士］	画家
thầy thuốc	医者			

47

bác sĩ [博士]	医者	thợ nề	左官
dược sĩ [薬士]	薬剤師	thợ rèn	鍛冶
thợ mộc [-／木]	大工	thợ cắt tóc / thợ cạo	散髪屋
thợ may	仕立屋	thợ làm vườn	庭師

10.3　文法

(1) 依頼の表現 làm ơn (cho) … (với)

相手に「～してください」と何かを依頼する表現で、「(二人称) + làm ơn + 動詞」の形で使われる。しばしば使役動詞 cho「～させる」と文末に với を置いて「(二人称) + làm ơn + cho + (一人称) +動詞 + với」(「(わたし) に～させてください」) または cho「～のために」や動詞 giúp / giùm「助ける」といっしょに「(二人称) + làm ơn + 動詞 + cho / giúp (cho) / giùm (cho) + (一人称) + với」(「(わたしを助けして) ～してください」) 等の形で使われる。

Bác làm ơn cho cháu gặp Minh (với) ạ.
(電話で：ミン君をお願いします。)
Anh làm ơn cho tôi đến Khách sạn Trâu Vàng ở phố Hàng Trống (với).
(タクシーの運転手に：ハン・チョン通りのチャウ・バンホテルまでお願いします。)
Làm ơn cho tôi mượn bút một chút (với).
(ペンをちょっと貸して下さい。)
Bạn làm ơn dịch giúp cho tôi bài này sang tiếng Nhật (với).
(友人または友人のように親しい相手に：この文を日本語に訳して下さい。)
Bác làm ơn lấy giùm cho cháu bản đồ Việt Nam đó (với).
(本屋で高齢の店員に対して：そのベトナムの地図を取ってもらえますか。)

10課　家族について話す（1）　Nói chuyện về gia đình

（2）動詞の並列

ベトナム語では、接続詞や接続助詞を使わずに2つ以上の動詞句を並べて連続する動作を表すことができる。

Sang năm nó sẽ đi Việt Nam thực tập tiếng Việt vài tháng.
　（来年あの子はベトナムに行って数カ月ベトナム語を勉強します。）
Hôm qua tôi tự nấu cơm ăn ở nhà một mình.
　（昨日私は一人でご飯をつくって家で食べました。）
Anh ấy về Việt Nam lấy vợ.
　（彼は結婚しにベトナムに帰った。）

（3）名詞述語文（否定文）

8.3(2)で学んだ名詞述語文の否定文は、動詞 là の前に không phải を置けばよい。あるいは、là を含む名詞述語文でなくても、文の中のある命題を否定する場合にも用いられる。

Tôi không phải là người Đài Loan.　　（私は台湾人ではありません。）
Đó không phải là lỗi của em đâu.　　（それは君の過ちではないよ。）
Quê nó không phải ở Đà Nẵng.　　（あの子の故郷はダナンではありません。）
Nó không phải tên là Nam.　　（あの子はナムという名前ではありません。）

練習問題

1．正しい文になるように単語を並べ替えなさい。

(1) (Việt Nam　　nó　　là　　phải　　không　　người).
(2) (Việt Nam　　gặp　　về　　Minh　　bạn cũ).
(3) (　ơn　　làm　　tôi　　cho　　phố Huế　　đến).
(4) (　quê　　không　　ở　　tôi　　Hội An　　phải).
(5) (　cho　　làm　　gặp　　Hà　　tôi　　ơn　　ạ).

2．次の文を指示にしたがって書き替えなさい。

(1) Tôi là người Việt Nam.　　　［否定文に］
(2) Nó tên là Thu.　　　　　　　［否定文に］
(3) Bác cho cháu gặp Hà.　　　　［依頼の文に］
(4) Chị cho em xem bản đồ.　　　［依頼の文に］
(5) Em đến Nhật Bản. Em học tiếng Nhật vài tháng ở Nhật Bản.
　　　　　　　　　　　　　　　［一つの文に］

3．次の日本語をベトナム語に訳しなさい。

(1) ミン（Minh）君おられますか。　　［友人のお母さんに電話で］
(2) ちょっとお尋ねします。　　　　　［父親より年上の男性に］
(3) この車はフエ行きですよね。
(4) Thu 先生（女性）はハノイ出身ではありません。
(5) 昨日あの子は家に帰って一人でご飯を食べた。

11課 家族について話す (2)
Nói chuyện về gia đình

10課の会話の続き。

Hiếu: Em nghe nói giáo sư Nhật bận rộn nghiên cứu lắm ạ?

Okada: Vâng, nói chung là như vậy. Đa số những giáo sư trẻ chưa có gia đình thường nghiên cứu đến tận đêm khuya.

H: Xin lỗi, cho em hỏi hơi tò mò một chút. Anh đã có gia đình chưa vậy?

O: Có, tôi có hai con rồi.

H: Hai cháu nhà anh là cháu trai hay cháu gái?

O: Một con trai và một con gái.

H: Một hoàng tử, một công chúa là lý tưởng đấy, anh ạ.

O: Cám ơn anh.

Hùng: Tôi nghe nói giáo sư Nhật bận rộn nghiên cứu lắm, phải không anh?

Okada: Vâng, nói chung là như vậy ạ. Đa số những giáo sư trẻ chưa có gia đình thường nghiên cứu đến tận đêm khuya ạ.

H: Xin lỗi, cho tôi hỏi hơi tò mò một chút. Anh đã có gia đình chưa vậy?

O: Dạ, có, cháu có hai con rồi ạ.

H: Hai cháu nhà anh là cháu trai hay cháu gái?

O:　　　Một con trai và một con gái ạ.
H:　　　Một hoàng tử, một công chúa là lý tưởng đấy, anh ạ.
O:　　　Dạ, cháu cám ơn bác ạ.

11.1　単語・表現

bận rộn ... (lắm)	〜で(とても)忙しい	một chút	少し
nói chung là ...	一般的に言って〜	đã ... chưa?	もう〜しましたか
đa số［多数］	大多数の	hai	2
những ...	（名詞・類別詞の前に置いて複数を表す）	con	子供
		cháu nhà ...	〜の家の子
trẻ	若い	con trai	男の子
chưa ...	まだ〜ない	hay	または
có gia đình［-／家庭］	家族がいる、既婚の	con gái	女の子
		một	1
thường［常］...	通常〜	cháu trai	男の子
đến tận［-／尽］...	〜まで（も）	và	と
đêm khuya	深夜	cháu gái	女の子
cho tôi hỏi ...	私に尋ねることを許す	hoàng tử［皇子］	皇子
hơi	やや	công chúa［公主］	公主、王女
tò mò	好奇心旺盛な、立ち入った	lý tưởng［理想］	理想的な
		... đấy	〜ですよ

11課　家族について話す（2）　Nói chuyện về gia đình

11.2　補充単語（朝・昼・夜、親族名詞）

buổi sáng	午前	chú	父の弟、父の妹の夫
buổi trưa	昼	thím	父の弟の妻
buổi chiều	午後	cô	父の妹
buổi tối	夜	cậu	母の弟
buổi khuya	深夜	mợ	母の弟の妻
ban ngày	日中	dì	母の妹
ban đêm	夜間	dượng	母の妹の夫
		bác	伯父・伯母
tôi	私	anh họ	従兄
anh	兄	chị họ	従姉
chị	姉	em họ	従弟・従妹
em	弟・妹	ông	祖父
con	子供	bà	祖母
cháu	孫・甥・姪	anh em kết nghĩa	契りを交わした兄弟
bố	父	anh em ruột	実の兄弟
mẹ	母		

11.3　文法

(1) (đã) ... rồi, chưa ...

　動作や状態の完了・実現を表す要素として動詞の前に đã 文末に rồi が置かれる。動詞の前の đã は省略されることがある。また、未完了・未実現を表す要素として動詞の前に chưa が置かれる。

　chưa は文末に置かれ、「もう～したか」と完了・現実を問う疑問の意味を表すことができる。また、Rồi と Chưa はその疑問文に対する応答として、それぞれ「はい、もう～しました。」「いいえ、まだ～してません」の意味として使用される。

Thầy ăn cơm chưa ạ?	(先生食事はすみましたか。)
Thầy ăn rồi, cám ơn em. / Chưa, thầy chưa ăn.	
	(食べたよ。ありがとう。／まだだよ。)
Em có người yêu chưa?	(君はもう恋人がいるの。)
Dạ, có, em có người yêu rồi ạ. / Chưa, em chưa có đâu.	
	(ええ、います。／いえ、いませんよ。)
Em đã hỏi cô Châu chưa?	(チャウ先生にもう尋ねたの？)
Dạ, em hỏi rồi ạ. / Dạ, chưa ạ. Em chưa hỏi.	
	(はい、尋ねました。／いえ。まだ尋ねてません。)

(2) gì

「なに」の意味を表す疑問詞 gì は、もとの肯定文の語順を変えることなく、疑問となる部分の名詞句を gì に置き換えることにより疑問文をつくる。

Em thích ăn gì?	(何が食べたい？)
［今から食事に行こうとして］	
Dạ, em thích ăn hủ tiếu ạ.	(フーティウが食べたいです。)
Cái này là cái gì đấy?	(これは何？)
Cái này tiếng Việt gọi là cái nón lá.	(これはベトナム語でノン・ラーと言います。)
Chữ này có nghĩa là gì?	(この字はどういう意味？)
Chữ này có nghĩa là "mặt trăng".	(この字は「月」という意味です。)

11課　家族について話す（2）　Nói chuyện về gia đình

練 習 問 題

1．正しい文になるように単語を並べ替えなさい。

　(1)　(gì　　　em　　　ăn　　　thích)?
　(2)　(này　　cái　　　cái　　　gì　　　là)?
　(3)　(chưa　em　　　cơm　　　ăn).
　(4)　(cơm　thầy　　chưa　　ạ　　　ăn)?
　(5)　(đã　　rồi　　　hỏi　　　tôi).

2．次のベトナム語を日本語に訳しなさい。

　(1)　Tôi chưa có người yêu.
　(2)　Cái này tiếng Việt gọi là mũ.
　(3)　Nó đã về nhà chưa?
　(4)　Em thích mua gì?
　(5)　Tôi đã uống thuốc rồi.

3．次の日本語をベトナム語に訳しなさい。

　(1)　［女性の先生に対して］先生は何が飲みたいですか。
　(2)　あの子はもう帰国しましたか。――いいえ、まだ帰国していません。
　(3)　これは日本語で何と言いますか。
　(4)　私はまだ手紙を書いていません。
　(5)　（私は）もう忘れました。

12課 買い物をする（本を買う）
Đi mua đồ – Mua sách

CD-I 42

男性Aが若い女性の店員Bと新刊書店で言葉を交わす。

A: Chị ơi, cho tôi xem quyển sách kia với.
B: Quyển nào hả anh?
A: Quyển đấy..., quyển "Từ điển tiếng Việt" ấy.
B: (Đưa sách cho khách)
A: Quyển này bao nhiêu tiền hả chị?
B: Dạ, tám mươi lăm nghìn.
A: Trả tiền ở đâu hả chị?
B: Ở quầy thu tiền đằng kia anh ạ.
A: Cám ơn chị.
B: Không có gì ạ.

CD-I 43

男性Aが高齢の女性店員Bと新刊書店で言葉を交わす。

A: Bác ơi, cho cháu xem quyển sách kia với.
B: Quyển nào hả cháu?
A: Quyển đấy..., quyển "Từ điển tiếng Việt" ấy ạ.
B: (Đưa sách cho khách)
A: Quyển này bao nhiêu tiền hả bác?
B: Tám mươi lăm nghìn cháu ạ.
A: Trả tiền ở đâu hả bác?
B: Ở quầy thu tiền đằng kia kìa.
A: Cám ơn bác ạ.

12課　買い物をする（本を買う）　Đi mua đồ – Mua sách

B:　Không có gì.

12.1　単語・表現

mua đồ	買い物をする
sách [冊]	本
chị	姉、若い女性に対する呼称
ơi	（二人称 + ơi の形で）呼びかけの表現
cho tôi xem ...	私に〜を見せる
quyển [巻]	〜冊、〜冊の（〜冊と数えられるものにつける類別詞）
kia	あの、あちら、あれ
... với	文末に置いて依頼の気持ちを表す語気詞
... nào	どの〜
từ điển [詞典]	辞典
... ấy	その〜
đưa ... cho 〜	...を〜に手渡す
khách [客]	客
bao nhiêu tiền [--／錢]	いくら
tám mươi lăm nghìn	85,000
trả tiền [-／錢]	お金を支払う
ở đâu	どこで
quầy thu tiền [-／収錢]	レジ
đằng kia	あちら
... anh ạ	[二人称 + ạ の形で文末に置いて] 相手への敬意を表す
không có gì	どういたしまして
kia kìa	[主に自分より下の立場の人に向かって、見えているものを指さしつつ]（あそこに見える）あの

12.2　補充単語（お店いろいろ）

chợ	市場	hiệu gội đầu	洗髪屋
cửa hàng [-／行]	店	nhà hàng	レストラン
cửa hàng sửa xe	自動車・バイク・自転車修理店	quán ăn [館／-]	屋台の食べ物屋
		quán cà phê [館／--]	カフェ
cửa hàng rửa xe	洗車屋	quán rượu [館／-]	飲み屋
cửa hàng điện tử [-／行／電子]	電気屋	quán kem [館／-]	アイスクリーム屋
		quán phở [館／-]	フォー屋
cửa hàng sách	本屋	quán cóc [館／-]	出店、屋台
cửa hàng báo	新聞屋	hàng phở [行／-]	フォー屋
cửa hàng ăn	食堂	hàng kem [行／-]	アイスクリーム屋
cửa hàng gội đầu	洗髪屋	hàng cá [行／-]	魚屋
cửa hàng may	仕立屋	hàng rau [行／-]	八百屋
siêu thị [超市]	スーパー	hàng báo [行／報]	新聞屋
hiệu sách [号／冊]	本屋	tiệm ăn	レストラン
hiệu thuốc [号／-]	薬屋	tiệm may	仕立屋
hiệu sửa xe [号／-]	自動車・バイク・自転車の修理屋	tiệm sửa xe	自転車・バイクの修理屋
hiệu bán đồ điện tử [号／--／電子]	電気屋	tiệm bán báo	新聞屋
		sạp báo	新聞売台

12.3　文法

(1) 類別詞

さまざまな名詞の前に置かれる要素で、日本語の助数詞のように名詞の種類によって使い分けられる。語順は「数詞＋類別詞＋名詞」となり、数詞がない場合は基本的に単数を表す。「この・その・あの」を表す指示詞がつく場合には、「数詞＋類別詞＋名詞＋指示詞」の語順となる。

12課　買い物をする（本を買う）Đi mua đồ – Mua sách

Cái bút này tôi không dùng nữa.　　　（このペンはもう使いません。）
Con chó này rất dễ thương.　　　　　（この犬はとても可愛い。）
Nó có hai quyển từ điển tiếng Việt.
　　　　　　　　　　　　　　　　（あの子は２冊のベトナム語辞書を持っている。）
Bức tranh này của ai vẽ?　　　　　　（この絵は誰が描いたのですか。）
Thu đã mua một chiếc xe đạp.　　　　（トゥーは自転車を１台買いました。）

主な類別詞と名詞の組み合わせ

cái / chiếc	bút ペン, bàn 机, テーブル, ghế 椅子, đồng hồ 時計, xe đạp 自転車…
con	chó 犬, mèo 猫, bò 牛, lợn 豚, trâu 水牛, gà 鶏…
quyển / cuốn	sách 本, vở ノート, tiểu thuyết 小説, sổ tay 手帳, từ điển 辞書…
bức	tranh 絵, thư 手紙, ảnh 写真, tường 壁…
tờ	giấy 紙, phiếu 票, vé 切符, đơn 申請書, biên lai 領収書…
quả/trái*	táo 林檎, cam オレンジ, quýt 蜜柑, đào 桃, tim 心臓, đất 地球…
nải	chuối バナナ…
chùm	nho 葡萄, nhãn 竜眼, vải ライチ, chôm chôm ランブータン…
tấm	vải 布, ảnh 写真, gương 鏡, lòng 心…
đôi	đũa 箸, giày 靴, dép サンダル, mắt 目, tai 耳…
chiếc	xe 車, tàu thuỷ 船, thuyền ボート, đũa 箸（一本）, áo 服…
bộ	máy 機械, áo dài アオザイ, từ điển bách khoa 百科事典…
mối	tình 愛情, quan hệ 関係, làm ăn 仕事上の関係…
trận	gió 風, mưa 雨, bão 嵐, chiến tranh 戦争…
cơn	gió 風, mưa 雨, dông 嵐, tức giận 怒り, buồn non 吐き気…
nỗi	buồn 悲しみ, oan ức 不平, vất vả 苦労, khổ 苦しみ…
niềm	vui 喜び, hạnh phúc 幸福, bất ngờ サプライズ…

*quả と trái の違いは、quả が主に北部で使われるのに対し、trái は南部でよく使われる。

(2) 指示詞

　日本語の「こそあど」言葉に当たる指示詞として、ベトナム語には、「ここ」（đây）、「そこ」（đấy / đó）、「あそこ」（kia）と場所を表す言葉がある。それぞれ「これ」、「それ」、「あれ」としても使うことが可能であるが、その場合一般に主語としてのみ使われる。ただし、「どこ」（đâu）と「なに」（gì）は別の語となる。名詞を修飾する場合は、này（この）、đó / đấy（その）、kia（あの）、nào（どの）、gì（何の）を修飾する名詞の後に置けばよい。

　Đây là Nam, bạn của tôi.　　　　　（この人はナム、私の友達です。）
　Đó là sách của thầy.　　　　　　　（それは先生の本です。）
　Kia là bưu điện trung tâm.　　　　（あそこは中央郵便局です。）
　Cái này là cái gì đấy ? / Cái đấy là điện thoại di động.
　　　　　　　　　　　　　　　　　（これは何。／それは携帯電話です。）
　Ông ấy có phải là ông Nghiệu không ? / Vâng, đúng rồi.
　　　　　　　　　　　　　　　　　（彼はギェウさんですか。／はい、そうです。）
　Xe của em là xe nào ? / Dạ, xe kia ạ.（君の車はどれ。／あれです。）

以上を表にまとめると次のようになる。

	場所	人	モノ	名詞修飾要素
話し手に近い「これ」	đây		đây	này
話し手から少し離れた「それ・あれ」	đấy/đó		đấy/đó	đấy/ấy/đó
話し手から遠く離れた「あれ」	kia		kia	kia
不定「どこ・誰・何・どの」	đâu	ai	gì	nào / gì

(3) 数詞

　ベトナムの数詞はものを数える場合の「基数」と順序を言う場合の「序数」とで異なる部分がある。また、序数の場合、thứ「第～、～番目」を数詞の前に置くのが一般的である。

（序数）
　thứ nhất　第一　　　thứ hai / nhì　第二　　　thứ ba　第三　　　thứ tư　第四
　thứ năm　第五　　　thứ sáu　第六　　　thứ bảy　第七　　　thứ tám　第八

12課　買い物をする（本を買う）　Đi mua đồ – Mua sách

thứ chín　第九　　thứ mười　第十 …

(基数)

một 1　　hai 2　　ba 3　　bốn 4　　năm 5　　sáu 6　　bảy 7
tám 8　　chín 9　　mười 10　　mười một 11　　mười hai 12
mười ba 13　　mười bốn 14　　mười lăm 15　　mười sáu 16
mười bảy 17　　mười tám 18　　mười chín 19　　hai mươi 20
hai mươi mốt 21　　hai mươi hai 22　　hai mươi ba 23　　(hăm mốt 21
hăm hai 22　　hăm ba 23)　　hai mươi bốn / tư 24
hai mươi lăm (nhăm) 25　　hai mươi sáu 26　　hai mươi bảy 27
hai mươi tám 28　　hai mươi chín 29　　ba mươi 30　　ba mươi mốt 31
ba mươi hai 32　　(băm mốt 31　　băm hai 32)　　bốn mươi 40 …
năm mươi 50 ……　sáu mươi 60 ……　bảy mươi 70 ……
tám mươi 80 ……　chín mươi 90 ……　một trăm 100
một trăm linh (lẻ) một 101　　một trăm linh hai 102　　một trăm linh ba 103
một trăm linh bốn 104　　một trăm linh năm 105　　một trăm linh sáu 106
một trăm linh bảy 107　　một trăm linh tám 108　　một trăm linh chín 109
một trăm mười / một trăm mốt 110　　một trăm mười một 111
một trăm mười hai 112　　một trăm mười ba 113 ……
một trăm hai mươi / một trăm hai 120 ……　một trăm chín mươi chín 199
hai trăm 200 ……　chín trăm chín mươi chín 999　　một nghìn (ngàn) 1,000
một nghìn không trăm linh (lẻ) một 1,001
một nghìn không trăm mười 1,010 ……
một nghìn một trăm / một nghìn mốt 1,100 ……
một nghìn một trăm linh (lẻ) một 1,101 ……
một nghìn năm trăm / một nghìn rưởi 1,500 ……
chín nghìn chín trăm chín mươi chín 9,999
mười nghìn / một vạn 10,000 ……
một trăm nghìn 100,000 ……
chín trăm chín mươi chín nghìn chín trăm chín mươi chín 999,999
một triệu 1,000,000 ……　mười triệu 10,000,000 ……
một trăm triệu 100,000,000 ……　một tỷ 1,000,000,000 ……

(4) 場所の表現 ở

動作の場所を表す要素は、「ở + (場所)」の形で動詞の後や文頭に置けばよい。

Anh trả tiền ở quầy thu tiền nhé.　　（レジで支払って下さい。）
Nó ăn cơm ở nhà rồi.　　（あの子はもう家でご飯を食べました。）
Hôm qua em đi chơi ở đâu?　　（昨日どこに遊びに行ったの。）

(5) 方角の表現

方角を表す語彙は名詞 đằng (phía), bên に指示詞の名詞修飾要素を付加すればよい。また、東西南北の方角を表したい場合は、名詞 miền, phía, hướng に Đông, Tây, Nam, Bắc を付加すればよい。

Quầy thu tiền ở đằng kia.　　（レジはあちらです。）
Em đi phía nào? / Dạ, em đi phía này.　　（どっちに行くの。こっちです。）
Em xem bên kia kìa.　　（あちらを見なさい。）
Hà Nội ở miền Bắc Việt Nam, còn thành phố Hồ Chí Minh ở miền Nam Việt Nam.
　　（ハノイはベトナムの北部に、ホーチミン市はベトナムの南部にあります。）

以上の表現をまとめておく。

（こちら…の方）　　　　　　　　　（こちら…）
đằng (phía) này　　　　　　　　　bên này
đằng (phía) ấy / đó / đấy　　　　　bên ấy / đấy / đó
đằng (phía) kia　　　　　　　　　bên kia
đằng (phía) nào　　　　　　　　　bên nào

（北部・中部・南部）　　　　　　　（東西南北の方角）
miền Bắc　　　　　　　　　　　phía đông　　hướng đông
miền Trung　　　　　　　　　　phía tây　　　hướng tây
miền Nam　　　　　　　　　　　phía nam　　 hướng nam
　　　　　　　　　　　　　　　　phía bắc　　　hướng bắc

12課　買い物をする（本を買う）　Đi mua đồ – Mua sách

練 習 問 題

1．正しい文になるように単語を並べ替えなさい。

 (1)　(nhé trả chị ở tiền đây).
 (2)　(chơi ở nó đi Kyoto).
 (3)　(có tôi xe chiếc một đạp)
 (4)　(này cái là gì cái)?
 (5)　(bao cái nhiêu này tiền)?

2．次の文を指示にしたがって書き替えなさい。

 (1) Tôi có hai quyển sách. [sách を「時計」に換えて]
 (2) Cái này hai mươi sáu nghìn.
      [hai mươi sáu nghìn を 35,000 に換えて]
 (3) Tôi đã ăn cơm ở nhà. [nhà を「レストラン」に換えて]
 (4) Nó đã mua một nải chuối. [chuối を「リンゴ」に換えて]
 (5) Em đã ăn hai quả cam.
     [ăn hai quả cam を「2冊の小説を読んだ」に換えて]

3．次の日本語をベトナム語に訳しなさい。

 (1) あの子はノートを3冊買いました。
 (2) この猫はとても可愛いです。
 (3) この机、私はもう使いません。
 (4) 中央郵便局はあちらの方です。
 (5) あの子はフォー屋さんでフォーを食べた。

13課 買い物をする（服を買う）
Đi mua đồ - Mua áo

男性 A が同年代の女性店員 B と市場で言葉を交わす。

A: Áo này giá bao nhiêu hả chị?

B: Áo này rẻ lắm anh ạ, có một trăm nghìn đồng một chiếc thôi.

A: Một trăm nghìn đồng cơ á? Đắt thế! Tôi nghĩ loại áo này không đắt đến như vậy đâu. Chị bán cho tôi với giá tám mươi nghìn có được không?

B: Ôi, thế thì chắc anh không biết rồi. Anh xem lại áo đi, vải áo này rất bền. Vả lại, anh có giặt nhiều lần cũng không bị phai màu đâu.

A: Nhưng hình như cửa hàng đằng kia bán rẻ hơn cửa hàng chị đấy. Thôi, tôi không mua đâu, cám ơn chị.

B: Thế chín mươi nghìn anh có mua không? Chín mươi nghìn là giá rẻ nhất rồi đấy.

A: Không, cám ơn chị...

B: Anh làm khó em quá! Thôi, bán cho anh vậy. Như thế là chúng em chẳng còn tí lãi nào cả.

(Đưa hàng cho khách)

A: Cám ơn chị.

若い女性 A が高齢の女性店員 B と市場で言葉を交わす。

A: Áo này giá bao nhiêu hả bác?

B: Áo này rẻ lắm cháu ạ. Có một trăm nghìn đồng một chiếc thôi.

13課　買い物をする（服を買う）　Đi mua đồ – Mua áo

A: Một trăm nghìn đồng cơ ạ? Đắt thế ạ! Cháu nghĩ loại áo này không đắt đến như vậy đâu bác ạ. Bác bán cho cháu với giá tám mươi nghìn có được không ạ?

B: Ôi, thế thì chắc cháu không biết rồi. Cháu xem lại áo đi, vải áo này rất bền. Vả lại, cháu có giặt nhiều lần cũng không bị phai màu đâu.

A: Nhưng hình như cửa hàng đằng kia bán rẻ hơn cửa hàng bác đấy bác ạ. Thôi, cháu không mua đâu, cám ơn bác ạ.

B: Thế chín mươi nghìn cháu có mua không? Chín mươi nghìn là giá rẻ nhất rồi đấy.

A: Dạ, thôi ạ, cám ơn bác...

B: Cháu làm khó bác quá đấy! Thôi, bán cho cháu vậy. Như thế là bác chẳng còn tí lãi nào cả.

(Đưa hàng cho khách)

A: Cám ơn bác ạ.

13.1　単語・表現

áo	服
giá bao nhiêu?［価／--］	いくら（または、bao nhiêu tiền?）
rẻ	安い
(chỉ) có ... thôi	たった〜だけ、〜しかない
một trăm nghìn	100,000
đồng［銅］	ドン（通貨単位）
... chiếc	〜着
... cơ á/ạ?	〜だって？／〜ですって？
đắt	（値段が）高い
nghĩ	思う、考える

loại (... này) ［類］	（この）類の〜
không ... như vậy	そんなに〜ない
bán cho 〜 với giá ...	（値段）で〜に売る
... có được không?	〜できますか、〜して頂けますか（依頼）
chắc ...	恐らく
xem	見る
... lại	もう一度〜する
... đi	〜しなさい（聞き手に動作を促す語気詞）
vải	布
bền	丈夫な
vả lại	それに（với lại, ... も同意、書き言葉として hơn nữa, ...「更には」もある）
có ... cũng ...	〜しても、なお〜
giặt	洗濯する
nhiều ...	多くの〜
lần	回
bị phai màu	色あせる
nhưng	しかし、でも
hình như ... ［形如］	どうやら〜のようだ
cửa hàng	店
bán	売る
... hơn	より〜
... nhất ［一］	もっとも〜
làm khó ...	〜を苦しめる、困らせる
như thế là ...	それでは、そんなことでは〜
chúng em	私達［話し手より年上の人、先生等に向かって］
chẳng	全く〜ない
còn	残る
lãi	利益
không 〜 tý ... nào cả	少しの ... も〜ない
hàng ［行］	品物

13課　買い物をする（服を買う）Đi mua đồ – Mua áo

13.2　補充単語（食材・調味料、長さ・重さの単位）

thịt lợn	豚肉	rau muống	空心菜
thịt bò	牛肉	cà rốt	人参
thịt gà	鶏肉	cà chua	トマト
thịt nạc	赤身	cà tím	茄子
thịt sườn	骨付き肉、リブ	hoa quả / trái cây	果物
thịt mỡ	脂身のある肉	cam	オレンジ
cá lóc	雷魚	quýt	ミカン
cá thu	鯖	táo	リンゴ
cá chép	鯉	đào	桃
cá kèo	ホコハゼ	mơ	梅
cá ngừ	鮪	chuối	バナナ
cá trê	鯰	dâu tây	苺
cá trích	鰯	xoài	マンゴー
cá tai tượng	エレファントイヤー	đu đủ	パパイヤ
cá cơm	片口鰯（魚醤 nước mắmの原料となる魚）	dưa hấu	スイカ
		dừa	ココナッツ
cá mập	鮫	dứa / thơm	パイナップル
cá hồi	鮭	mít	ジャックフルーツ
cá sấu	鰐	sầu riêng	ドリアン
lươn	鰻	cóc	タヒチモンビン
		ổi	グアバ
rau	野菜	na / mãng cầu ta	釈迦頭
rau cải	小松菜	roi	レンブ（北）
bắp cải	キャベツ	mận	プラム（北）、レンブ（南）
rau mùi ta	コリアンダー	thanh long [青龍]	ドラゴンフルーツ
rau mùi tây	パセリ	hồng xiêm / sa bô chê	サポジラ
húng bạc hà	ミント	lê [黎]	ナシ
tía tô xanh	大葉	bưởi	ザボン
tía tô tím	紫蘇	nho	葡萄
rau diếp cá	ドクダミ	nhãn [眼]	竜眼
rau má	ツボクサ	long nhãn [竜眼]	乾燥竜眼

vải	ライチ	nước cốt dừa	ココナッツミルク
chôm chôm	ランブータン	bột cà ri	カレー粉
măng cụt	マンゴスチン	quế	シナモン
gia vị [加味]	調味料	gừng	生姜
muối	塩	tỏi	ニンニク
tiêu [椒]	胡椒	gấc	南蛮黄烏瓜
nước mắm	魚醤	sả	レモングラス
xì dầu	醤油		
dầu	動物性脂	ki-lô-gam	キログラム
dầu thực vật [-／植物] 植物性脂		cân [斤] ／ kí	キログラム
ớt	唐辛子	gam	グラム
giấm	酢	mét	メートル
đường [糖]	砂糖	xăng-ti-mét	センチ
mì chính	味の素	ki-lô-mét	キロメートル
bột ngọt	味の素	mét vuông	平方メートル
ngũ vị hương [五味香]	五香粉	mét khối	立法メートル

13.3　文法

(1) 使役の表現 cho, để, làm (cho)

使役の表現には、主に「cho + 人 + 動詞」、「để + 人 + 動詞」、「làm (cho) + 人 + 動詞」等の構文がある。それぞれ、許可（〜させてあげる）、放任（〜させておく）、作用（〜させる）のニュアンスがあり適宜使い分けられる。

Thầy làm ơn cho em biết tên của nhân vật này.
　　　　　　　　　　　　　　　（この人物の名前を教えて下さい。）
Anh làm ơn cho tôi xem vé của anh.　（チケットをお見せ下さい。）
Không được, hãy để nó tự làm lấy đi.　（だめ、あの子に自分でやらせて。）
Em ơi, câu tiếng Nhật này không đúng đâu. Để anh sửa cho.
　　　　　　　　　　　（君、この日本語正しくないよ。僕が直してあげよう。）
Anh làm em khó quá.　　　　　（私のことなんて困らせるの。）

Điều đó đã làm cho tôi rất buồn. 　　　（そのことは私をとても悲しませた。）

(2) 比較の表現 (1) hơn, nhất

比較の表現は「形容詞 + hơn A」の形で「A より～」、「形容詞 + nhất + ở / trong /（なし）B」の形で「B の中で最も～」の意を表す。

Anh giỏi hơn em nhiều.
（あなたの方が私よりずっとできます。）
Tôi cần một cái máy tính bền hơn cái này.
（これよりも丈夫なパソコンが必要です。）
Em cảm thấy đỡ hơn hôm qua.
（昨日よりも（気分が）ましです。）
Nó nói tiếng Việt giỏi nhất lớp.
（あの子はクラスで一番ベトナム語が上手いです。）
Chắc cửa hàng này ngon nhất ở khu vực này.
（多分、この地域ではこの店が一番美味しいです。）
Ai ăn nhiều nhất trong năm người đó?
（その５人の中で誰が一番よく食べるの。）

(3) chỉ... thôi の表現

限定の意味「～だけ、～しかない」を表す表現。chỉ は通常動詞の前にしか置かれないことに注意。

Tôi chỉ có tài liệu này thôi. 　　　（私はこの資料しか持っていません。）
Cô chỉ cần ký tên vào đây thôi ạ. 　（ここにサインするだけで結構です。）
Nó chỉ đến đây nói chuyện một chút thôi là đi ngay.
　　　　　　　　　　　（あいつはここに来て少し話しただけで行ってしまった。）

(4) 単位の表現

単位や比較の差を表す数量は、通常文の最後に前置詞等なしで置かれる。

Anh trả bao nhiêu tiền một tháng? （1か月にいくら払ってるんですか。）
Họ ăn mấy bữa một ngày? （彼等は1日に何食食べるんですか。）
Nó cao hơn anh bao nhiêu xăng-ti-mét?
　　　　　　　　　　　　（あの子はあなたより何センチ背が高いんですか。）
Quyển này đắt hơn quyển kia 6.000 đồng. （この本はあの本より 6,000 ドン高い。）

（5）譲歩の表現 có ... cũng

「〜しても、なお〜」の意味を表す表現。có も cũng も述語動詞の前に置かれる。

Nó có nói bao nhiêu lần tôi cũng không hiểu.
　（あの子が何度言っても私には分からない。）
Loại món này có ăn bao nhiêu cũng không no.
　（この手の食べ物は、いくら食べてもお腹一杯にならない。）
Anh có xem nhiều lần cũng không thấy chán đâu.
　（あなたが何度見ても、飽きることは決してありません。）
Loại sách này có đắt bao nhiêu, tôi cũng phải mua thôi.
　（この手の本はどれだけ高くても、買わなければなりません。）

13課 買い物をする（服を買う） Đi mua đồ – Mua áo

練習問題

1．正しい文になるように単語を並べ替えなさい。

(1) (xem   tôi   một   cho   tí).
(2) (chỉ   tôi   thôi   một   có   cái).
(3) (Nam   giỏi   tiếng Nhật   nói   nhất).
(4) (bao nhiêu   một   trả   tiền   tháng   chị)?
(5) (tôi   để   cho   sửa).

2．次の文を指示にしたがって書き替えなさい。

(1) Nó nói chuyện một chút.　　　［chỉ ... thôi を用いて］
(2) Cái đồng hồ này rẻ hơn cái kia 2.000 yên.
　　　　　　　　［Cái đồng hồ kia を主語にして同意の文に］
(3) Tôi xem nhiều lần. Tôi không hiểu.　［cũng を用いて一文に］
(4) Nam cao 1,7 m. Thu cao 1,65 m.　［比較表現を使って一文に］
(5) Tôi rất buồn.　［điều đó を主語にして使役文に］

3．次の日本語をベトナム語に訳しなさい。

(1) フン先生（thầy Hùng）は自転車を一台しか持っていません。
(2) ナムはトゥーより20センチ背が高い。
(3) 彼（anh ấy）はクラスで最もベトナム語が上手い。
(4) 私がいくら話してもあいつはわかってくれない。
(5) 私（em）が書いてあげましょう。

14課 先生に電話をする (1)
Gọi điện thoại cho thầy giáo

鈴木君がかつてお世話になった Nam 先生（男性）に電話をかける。

A:	A-lô.
Suzuki:	A-lô, làm ơn cho tôi gặp thầy Nam ạ.
A:	Thầy Nam nào cơ?
S:	Xin lỗi, đấy có phải số máy 8361082 không ạ?
A:	Anh nhầm số rồi ạ.
S:	Xin lỗi chị ạ.
Vợ GS Nam:	A-lô.
Suzuki:	A-lô, đấy có phải là nhà thầy Nam không ạ?
V:	Vâng, đúng rồi ạ.
S:	Xin lỗi, cô làm ơn cho em gặp thầy Nam một chút có được không ạ?
V:	Anh chờ một chút nhé.
S:	Dạ, vâng ạ.

鈴木君がかつてお世話になった Thu 先生（女性）に電話をかける。

A:	A-lô.
Suzuki:	A-lô, làm ơn cho tôi gặp cô Thu ạ.
A:	Cô Thu nào cơ?
S:	Xin lỗi, đấy có phải số máy 8361082 không ạ?
A:	Anh nhầm số rồi.
S:	Xin lỗi anh ạ.

14課　先生に電話をする（1）　Gọi điện thoại cho thầy giáo

Chồng cô Thu:　A-lô.
Suzuki:　A-lô, đấy có phải là nhà cô Thu không ạ?
C:　Dạ, phải ạ.
S:　Xin lỗi, làm ơn cho em gặp cô Thu một chút có được không ạ?
C:　Anh chờ một chút nhé.
S:　Dạ, vâng ạ.

14.1　単語・表現　CD-I 54

gọi điện thoại cho ... [-／電話／-]	～に電話をかける	vợ	妻
a-lô	もしもし	đấy có phải là nhà ... không?	そちらは…のお宅ですか
gặp ...	会う、電話で話す		
đấy có phải số máy ... không?	そちらは電話番号…番ですか	chờ	待つ
		một chút	少し
		vâng	はい
nhầm số [-／数]	番号を間違える		

14.2　補充単語（携帯電話、通信）　CD-I 55

gọi điện thoại	電話をかける	máy đang bận	話し中である
nhận điện thoại	電話を受ける	mở máy	電源を入れる
số điện thoại	電話番号	tắt máy	電源を切る
điện thoại di động [電話／移動] / (máy)		tiếng chuông	呼び出し音
di động [移動]	携帯電話	im lặng	消音の
danh bạ [名簿]	電話帳	cài đặt	設定する
nhắn tin	携帯メールを送る	hiển thị [顕示]	表示する

73

lưu [留]	保存する	báo ... を送る	
xoá	消去する	người gửi	送信者
sửa	修正する	người nhận	受信者
chọn / thoát [脱]	選択する／取り消す	tiêu đề [標題]	件名
trở lại	戻る	trả lời	返信する
gửi thư [-／書] / thư điện tử [書／電子] / Fax / điện báo [電報] ... 手紙／電子メール／ファックス／電		xem mạng	インターネットを見る

14.3 文法

(1) một chút の用法

「少し」を意味する表現。名詞を修飾する場合、通常名詞の前に置かれる。聞き手に何かを控えめに依頼したり、自分の行為を卑下して言う場合等に使われる。

Anh làm ơn cho tôi xem một chút, được không? (少し見せて頂けますか。)
Đây là một chút quà để làm kỷ niệm. (ほんの少しの思い出の品です。)
　[相手にプレゼントを渡す時の台詞]
Nó không biết một chút nào cả. (あいつは少しも知らない。)

(2)「形容詞＋補語」の構文

形容詞の後に補語が置かれ、形容詞の意味を限定する場合がある。

Xin lỗi, tôi nhầm người rồi. (申し訳ありません。人違いでした。)
Chị ấy khéo tay quá. (彼女は手先が器用ですね。)
Ông này đẹp trai nhỉ.　Không, xấu trai chứ !
　　　　　(この男性ハンサムですね。) (いや、不男でしょう。)
Thu nhanh tay phân phát tài liệu cho mọi người.
　　　　　　　　　　(トゥーは手際よく資料を皆に配った。)
Món này thật là ngon miệng nhỉ. (この料理本当に美味しいね。)
Cô ấy nói rất êm tai. (彼女の話し方は耳に心地よい。)

14課　先生に電話をする（1）　Gọi điện thoại cho thầy giáo

練習問題

1．正しい文になるように単語を並べ替えなさい。

(1)（Nam　　tôi　　gặp　　cho) ạ.
(2)（tay　　khéo　　lắm　　em).
(3)（rất　　Nam　　trai　　đẹp).
(4)（số　　tôi　　nhầm　　rồi).
(5)（miệng　　này　　ngon　　món).

2．次の各文に một chút を加えて書き替えなさい。

(1) Cháu chờ nhé.
(2) Đây là quà.
(3) Chị làm ơn cho tôi xem.
(4) Tôi không ăn gì.
(5) Nó chỉ ăn thôi.

3．次の文をベトナム語に訳しなさい。

(1)［電話でナム先生の奥さんに］ナム先生お願いします。
(2)［電話で］そちらは 080-4321-9876 ですか。
(3)［電話で、anh に向かって］番号違いですよ。
(4)［電話で］そちらは Thu さんのお宅ですか。
(5)［(4)の問いに対して］はい、そうです。

第15課 先生に電話をする (2)
Gọi điện thoại cho thầy giáo

14課の会話の続き。

N: A-lô.

S: Thầy Nam đấy ạ? Em là Suzuki, học trò cũ của thầy. Thầy có nhớ em không ạ?

N: Ồ, Suzuki đấy à. Nhớ chứ! Em đến Việt Nam bao giờ thế?

S: Dạ, em đến Việt Nam ngày 25 tháng 8. Mấy hôm trước em bận nhiều việc quá nên hôm nay em mới gọi điện đến hỏi thăm thầy được.

N: Không sao đâu. Em gọi cho thầy thế là thầy mừng lắm rồi. Em có thời gian không? Đến nhà thầy chơi nhé!

S: Dạ, vâng ạ. Em cám ơn thầy.

N: Thế chiều mai có được không?

S: Dạ, mai em có hẹn đến hai giờ. Em xin phép đến nhà thầy vào khoảng ba giờ có được không ạ?

N: Được chứ. Em còn nhớ nhà thầy không?

S: Nhà thầy vẫn ở chỗ cũ phải không ạ?

N: Ừ.

S: Thế thì không sao đâu ạ. Đến gần nhà thầy, chắc em sẽ nhớ lại đường thôi ạ.

N: Ừ, thế ngày mai gặp lại nhé. Chào em.

S: Dạ, em chào thầy ạ.

15課　先生に電話をする (2)　Gọi điện thoại cho thầy giáo

T: A-lô.
S: Cô Thu đấy ạ? Em là Suzuki, học trò cũ của cô. Cô có nhớ em không ạ?
T: Ồ, Suzuki đấy à. Nhớ chứ! Em đến Việt Nam bao giờ thế?
S: Dạ, em đến Việt Nam ngày 25 tháng 8. Mấy hôm trước em bận nhiều việc quá nên hôm nay em mới gọi điện đến hỏi thăm cô được.
T: Không sao đâu. Em gọi cho cô thế là cô mừng lắm rồi. Em có thời gian không? Em đến nhà cô chơi nhé!
S: Dạ, vâng ạ. Em cám ơn cô.
T: Thế chiều mai có được không?
S: Dạ, mai em có hẹn đến hai giờ. Em xin phép đến nhà cô vào khoảng ba giờ có được không ạ?
T: Được chứ. Em còn nhớ nhà cô không?
S: Nhà cô vẫn ở chỗ cũ phải không ạ?
T: Ừ.
S: Thế thì không sao đâu ạ. Đến gần nhà cô, chắc em sẽ nhớ lại đường thôi ạ.
T: Ừ, thế ngày mai gặp lại nhé. Chào em.
S: Dạ, em chào cô ạ.

15.1　単語・表現

... đấy ạ?	そちらは〜ですか (... đây ạ こちらは〜です)
học trò	学生、教え子
cũ	古い、以前の
... của 〜	〜の…
nhớ	思い出す、覚えている

77

... chứ!	（当然の気持ちを込めて）もちろん〜だとも	có hẹn	約束がある
... bao giờ?	いつ〜したのか	... giờ	〜時
ngày ... tháng 〜	〜月 ... 日	xin phép ...	〜させて頂く
mấy hôm trước	数日前	vào ...	（〜時／日／月／年）に
gọi điện đến ...	（敬意を払うべき相手）に電話する	khoảng ...	〜ごろ、約〜
		ở ...	〜にある、いる
hỏi thăm ...	〜に挨拶する	chỗ	場所
gọi cho ...	（親しげに話せる相手）に電話する	ừ	うん（親しげに話せる相手への肯定の返事）
mừng	嬉しい	thế thì ...	それならば〜
... lắm rồi	（それで十分）〜だ	gần ...	〜に近い
nhà	家	sẽ ...	〜だろう（未然の意味）
chiều mai	明日の午後	nhớ lại	思い出す
mai	明日	đường	道
		gặp lại ...	再会する

15.2 補充単語（暦）

lịch [暦]	暦、カレンダー	tháng này	今月
thế kỷ [世紀]	世紀	tháng sau	来月
năm	年	tháng trước	先月
tháng	月	hôm nay	今日
ngày	日	ngày mai	明日
ngày tháng năm	年月日	ngày kia	明後日
năm nay	今年	hôm qua	昨日
sang năm	来年	hôm kia	一昨日
năm ngoái	去年		

15.3 文法

(1) 疑問詞 bao giờ

疑問詞 bao giờ は、文頭あるいは文末に置かれて、「いつ」の意を表す。一般に、文頭に置かれると未来の出来事について、文末に置かれると過去の出来事について問う疑問文となる。

Em đến Nhật Bản bao giờ thế?　　　（いつ日本に来たの。）
Bao giờ anh đi?　　　　　　　　　（いつ行くのですか。）
Bao giờ em định lấy anh ấy?　　　　（いつ彼と結婚するつもりなの。）
Ngôi đền ấy có từ bao giờ, không ai biết rõ.
　　　　　　　（その神社はいつからあるのか、誰もよく知らない。）

(2) 時間の表現 vào ...

行為あるいは出来事の起こる時間を言う場合、前置詞 vào の後に時間・日・月・年等を置けばよい。

Toà nhà này được xây dựng vào năm nào?
　　（このビルは何年に建てられたのですか。）
Họ đã tổ chức cuộc họp vào ngày 8 tháng 1 năm 2010.
　　（彼らは 2010 年 1 月 8 日に会議を開いた。）
Giáo sư Hiếu sẽ đến trường vào khoảng mười một giờ sáng.
　　（ヒェウ教授は午前 11 時頃に大学へ来られます。）
Anh có biết Thu ra khỏi nhà vào lúc mấy giờ không ạ?
　　（トゥーが何時に家を出たかご存じですか。）

(3) 時間の言い方

時刻の言い方は基本的に、... giờ ... phút ... giây「～時～分～秒」と並べればよい。

1 時　một giờ　　2 時　hai giờ　　3 時　ba giờ　　4 時　bốn giờ
5 時　năm giờ　　6 時　sáu giờ　　7 時　bảy giờ　　8 時　tám giờ
9 時　chín giờ　　10 時　mười giờ　　11 時　mười một giờ
12 時　mười hai giờ　　午前 5 時　năm giờ sáng
午後 4 時　bốn giờ chiều　　正午 12 時　mười hai giờ trưa
3:45　ba giờ bốn mươi lăm phút　　7 時 15 分前　bảy giờ kém mười lăm (phút)
11 時半　mười một giờ rưỡi
01:45:20　Một giờ bốn mươi lăm phút hai mươi giây

今何時ですか。　　　　　　　　Bây giờ là mấy giờ?
　今は 2 時半です。　　　　　　Bây giờ là hai giờ rưỡi.
何時に食事に行きますか。　　　Em đi ăn lúc mấy giờ?
　はい、6 時に行きます。　　　 Dạ, em đi lúc sáu giờ ạ.

(4) 副詞 vẫn ... / còn ...

　副詞 vẫn, còn, vẫn còn を動詞・形容詞の前に置くと、その動作や状態が継続する意味を表す。

Cảm ơn cô, em vẫn bình thường đấy ạ.
　（先生有難うございます。私は相変わらず元気です。）
Chắc nó vẫn đang trên đường đến đây.
　（恐らく、あの子はまだこちらへ向かっている途中です。）
Anh còn ở đây lâu không?
　（まだここにしばらくいますか。）
Nó vẫn còn đang nói chuyện với bạn bè, có vẻ không muốn về.
　（あいつはまだ友達と話していて、帰りたくなさそうだ。）
Em còn nhớ hay đã quên?
　（君はまだ覚えているだろうか、それとも忘れただろうか。）

15課　先生に電話をする (2)　Gọi điện thoại cho thầy giáo

練　習　問　題

1．正しい文になるように単語を並べ替えなさい。

(1) (giờ　bây　mấy　giờ　là)?
(2) (ạ　vẫn　bình　em　thường).
(3) (đến　em　bao　Nhật　giờ)?
　　　　[「いつ来たの？」の意の文に]
(4) (rưỡi　một　giờ　bây　là　giờ).
(5) (lúc　giờ　sáu　tôi　ăn　đi).

2．次の文を指示にしたがって書き替えなさい。

(1) Em đi Việt Nam bao giờ?　　[「いつ行くの？」の意の文に]
(2) Nam đã ra khỏi nhà.　　　　[「11時半に」の意を加えて]
(3) Thầy Hiếu sẽ đến trường.　　[「12時頃に」の意を加えて]
(4) Toà nhà này được xây dựng.　[「2010年に」の意を加えて]
(5) Em nhớ nhà thầy.　　　　　　[副詞 còn を使って疑問文に)

3．次の文をベトナム語に訳しなさい。

(1) [女性の先生に向かって] 僕のこと覚えてらっしゃいますか。
(2) [先生に向かって] 明日私は3時半まで約束があります。
(3) ナムはまだ友達と話しています。
(4) [年上の相手に向かって] 私は8月20日に日本へやってきました。
(5) [年上の相手に向かって] 来年私は彼と結婚するつもりです。

16課 友人に電話をする
Gọi điện thoại cho bạn bè

物理学部の大学生 Hà（男性）が友人の Lâm（男性）に電話をする。

Mẹ Lâm:	A-lô.
Hà:	A-lô, cháu chào bác, bác làm ơn cho cháu gặp Lâm ạ.
ML:	Cháu chờ một lát nhé. (Lâm ơi, con có điện thoại.)
L:	A-lô, Lâm đây.
H:	Lâm đấy à? Tao Hà đây. Mày làm xong bài chưa? Tao chẳng hiểu gì bài số tám cả.
L:	Mày chưa đọc quyển "Cơ sở vật lý học" à? Có một bài giống như bài số tám trong quyển đó đấy.
H:	Thế á? Tao không biết quyển sách đấy.
L:	Quyển đấy là do thầy Nam soạn mà.
H:	Thế á? Một lát nữa tao đến nhà mày rồi mày cho tao xem quyển đấy nhé.
L:	Ừ.
H:	Hay là mày cho tao mượn luôn vở của mày đi.
L:	Thôi xin, tao không muốn bị phạt oan đâu.
H:	Thế nhé.

16課　友人に電話をする　Gọi điện thoại cho bạn bè

16.1　単語・表現

bác	伯父さん、伯母さん
Lâm ［林］	ラム（人名）
một lát	少し（時間）
... ơi	（呼びかける対象を示す語の後におかれて）呼びかけの言葉
con	お前（親が子を呼ぶ際の呼称詞）
có điện thoại ［-／電話］	電話です
tao	俺
mày	お前
làm bài	練習問題をする
hiểu ［暁］	理解する、わかる
bài	練習問題、課題、課文
số ［数］	番号、〜番
... xong	〜し終える
đọc	読む
cơ sở ［基礎］	基礎
vật lý học ［物理学］	物理学
giống như ... ［-／如］	〜と同じ、似ている
trong ...	〜の中
đó	それ
... là do 〜 ［-／由］	〜が〜した ...
soạn ［纂］	編纂する
... mà	〜だもの
một lát nữa	しばらくしたら
... rồi ...	〜して〜
hay là ...	あるいは
cho ... mượn	〜に貸す
... luôn	ついでに〜
vở	ノート
thôi xin	よしてくれ
bị phạt oan ［被／罰／冤］	冤罪を被る、濡れ衣を着せられる

16.2 補充単語（地図の中の言葉）

bản đồ ［版図］	地図	bệnh viện ［病院］	病院
đường ［塘］	通り	khách sạn ［客栈］	ホテル
phố ［鋪］	通り	hiệu sách ［号／册］	本屋
quốc lộ ［国路］	国道	hiệu thuốc ［号／-］	薬屋
đường sắt	鉄道	chùa	寺
ngõ	小道	đền	神社
hẻm	小道	đình ［亭］	ディン（村の神を祀
số nhà ［数／-］	番地		り、儀礼や集会を行
quận ［郡］	区（郡）		う建物）
phường ［坊］	区（坊）	nhà thờ	教会
huyện ［県］	県	ga	駅
thành phố ［城鋪］	市	bến	船着き場、バス停
tỉnh ［省］	省	siêu thị ［超市］	スーパーマーケット
núi	山	chợ	市場
sông	川	nhà hàng	レストラン
đồng bằng	平野	cửa hàng	店、レストラン
trường học ［場／学］	学校	nhà máy	工場
bưu điện ［郵電］	郵便局	công ty ［公司］	会社

16.3 文法

(1) ... xong の用法

動詞句の後に置き、動作の終了「〜し終える」の意味を表す。

Tôi uống cà phê xong thì đi ngay ạ.　（コーヒーを飲み終えたら直ぐに行きます。）
Em ăn cơm xong chưa?　（食事はすんだかい。）
Em chưa đọc xong cuốn này.　（まだこの本を読み終えてません。）
Tôi không biết rõ khi nào cô Hà sẽ làm việc xong.
　　　　　　　（いつハー先生が仕事を終えるかはっきりわかりません。）

16課　友人に電話をする　Gọi điện thoại cho bạn bè

(2) có thể ... / không thể ... の用法

可能の意味「～することができる」を表す表現として、có thể を動詞句の前に置く。動詞あるいは動詞句の後に được を付けくわえてもよい。その否定形は không thể となり、同じく動詞句の前に置かれる。また、二人称 + có thể 動詞 được không? の形で「～することができますか」と能力を問う意味と同時に、「～していただけますか」という丁寧な依頼文ともなる。

Không sao, em có thể đi một mình ạ.　　（大丈夫です。一人で行けます。）
Nó có thể nói được tiếng Nhật.　　（あの子は日本語を話すことができる。）
Chúng tôi không thể quên ngày đó.　　（我々はその日を忘れることはできない。）
Chị có thể giúp cho tôi một tí được không?　（少し助けて頂けますか。）

(3) 語気詞 mà

聞き手に、「当然のことなのに」という気持ちを伝える語気詞。「～ですもの」、「～だもん」、「～なのに」の意を表す。

Sao nó lại nói như vậy?　　（どうしてあの子はあんな風に言うの。）
　— Nó còn trẻ quá mà.　　（まだ若いから。）
Món này ngon nhỉ.　　（この料理美味しいね。）
　— Mẹ em nấu mà.　　（だって私のお母さんが作ったんですから。）
Sao em chưa hiểu bài đó à?　（どうしてまだその問題がわからないの。
　Dễ thế mà.　　こんなに簡単なのに。）

(4) ... (là) do ... の用法

「名詞 (là) do 主語 + 動詞」の形で、名詞の由来を述べる文となる。

Bức tranh này là do anh Nam vẽ.　（この絵はナムさんが描いたものだ。）
Luận văn này do giáo sư nào viết?　（この論文はどの先生が書いたものですか。）
Món này do ai nấu mà ngon thế!
　　　　（この料理、こんなに美味しいなんて一体誰が作ったんですか。）

(5) mượn ... の用法

　　mượn A của B の形で「BからAを借りる」、cho A mượn B の形で「AにBを貸す」の意味を表す。

Tôi đã mượn sách của thư viện.
　（私は図書館から本を借りました。）
Tôi đã mượn của thư viện một quyển sách.
　（私は本を1冊図書館から借りました。）
Em cho anh mượn từ điển tiếng Trung một chút nhé.
　（僕に中国語辞書をちょっと貸してちょうだい。）　　［年下の人に向かって］

(6) bị の用法 (1)

　　元来「被る、遭う」の意を表す動詞 bị は、名詞だけではなく、形容詞等の前に置かれ、主語にとって好ましくない状態を表す場合がある。

Nam bị cảm cúm đã lâu rồi.　　（ナムはインフルエンザにかかって大分経つ。）
Nghe nói nó đã bị tai nạn giao thông.　　（あいつは交通事故に遭ったらしいね。）
Mẹ ơi, con bị đau bụng.　　（お母さん、お腹が痛い。）

(7) bị の用法 (2)

　　「bị + 名詞 + 動詞」の形で「(名詞) に (動詞) される」の意を表し、主語にとって好ましくない状況を表す「受け身構文」となる。(17課「được の用法 (2)」参照)

Mùa hè em hay bị muỗi cắn.
　（夏はしょっちゅう蚊にかまれます。）
Ý kiến của Thu bị nhiều người phê bình.
　（トゥーの意見は多くの人に批判された。）
Hình như em đã bị kẻ gian ăn cắp ví tiền.
　（どうも財布を泥棒に盗まれたみたいです。）

16課　友人に電話をする　Gọi điện thoại cho bạn bè

練 習 問 題

1. 正しい文になるように単語を並べ替えなさい。

   (1) (cúm　　　bị　　　　tôi　　　　cảm).
   (2) (nó　　　　muỗi　　bị　　　　cắn).
   (3) (bụng　　　tôi　　　bị　　　　đau).
   (4) (kẻ gian　　bị　　　nó　　　　tiền　　　ăn cắp).
   (5) (giao thông　bị　　Thu　　　　tai nạn).

2．次の文を指示にしたがって書き替えなさい。

   (1) Nhiều người phê bình ý kiến của tôi.　［ý kiến của tôi を主語に］
   (2) Thu mượn từ điển tiếng Việt của Nam.　［Nam を主語にして］
   (3) Em giúp cho tôi một chút.　［丁寧な依頼の意味を表す文に］
   (4) Vân nói tiếng Nhật.　［可能の意味を表す意味の文に］
   (5) Anh Nam vẽ bức tranh này.　［bức tranh này を主語に］

3．次の日本語をベトナム語に訳しなさい。

   (1) ナムはまだこの本を読み終えてません。
   (2) ヴァンは犬に吠えられた。
   (3) この料理、誰が作ったんですか。
   (4) 私はその日を忘れることができません。
   (5) この問題、こんなに簡単なのに。

17課 自己紹介する（大学生）
Tự giới thiệu – sinh viên

大学生の岡田君がHiếu教授（男性）をはじめとする先生方とベトナムの大学生の前で自己紹介する。

Giáo sư Hiếu:

  Nhân buổi học hôm nay, tôi rất hân hạnh được giới thiệu với các em một bạn người Nhật, mới sang Việt Nam để thực tập. Đó là Okada, sinh viên xuất sắc khoa tiếng Việt của một trường đại học tại Nhật Bản. Xin mời Okada phát biểu vài lời.

Okada:

  Xin chào giáo sư Hiếu, các thầy cô và các bạn có mặt hôm nay. Em xin phép được tự giới thiệu. Em tên là Okada Masaki, sinh viên năm thứ nhất tại trường Đại học Osaka, Nhật Bản. Em đang học ngôn ngữ và văn hoá Việt Nam dưới sự hướng dẫn của thầy Toyota, một nhà nghiên cứu Việt Nam học nổi tiếng của Nhật Bản. Em không những quan tâm đến ngôn ngữ Việt Nam mà còn quan tâm đến văn hoá ẩm thực Việt Nam. Trong quá trình học tiếng Việt, em rất mong được sự giúp đỡ của các thầy cô và các bạn. Em xin chân thành cảm ơn các thầy cô và các bạn. Em xin hết ạ.

GS H: Cám ơn Okada.

17課　自己紹介する（大学生）　Tự giới thiệu – sinh viên

17.1　単語・表現

tự giới thiệu [自／介紹]	自己紹介する	có mặt	在席する
sinh viên [生員]	大学生	xin phép được ...	～させて頂く
Hiếu [孝]	ヒェウ（人名）	... tên là ...	～という名前です
nhân ... [因]	～を機に	năm thứ nhất	一年生
buổi học	授業	học [学]	学ぶ
hân hạnh [欣幸]	光栄な	ngôn ngữ [言語]	言語
được ...	～する機会に恵まれる	văn hoá [文化]	文化
		dưới	～の下
giới thiệu ... với ～ [介紹／-]	～に...を紹介する	sự [事]	～すること
		hướng dẫn [向引]	案内する、指導する
các em [各／-]	君達	nhà nghiên cứu [-／研究]	研究者
để ...	～するために	Việt Nam học [越南学]	ベトナム学
thực tập [実習]	実習する	nổi tiếng	有名な
đó là ...	それは～です	không những ... mà còn ...	～だけではなく～も
xuất sắc [出色]	優秀な		
khoa [科]	学科、学部	quan tâm đến ... [関心／-]	～に興味がある
trường đại học [場／大学]	大学		
tại [在]	～で	văn hoá ẩm thực [文化／飲食]	食文化
xin mời ...	～して下さい（勧誘の意味）	quá trình [過程]	過程、プロセス
		mong	望む
phát biểu [発表]	発表する	được	得る
vài	いくつか、2、3の	giúp đỡ	助ける
lời	言葉	chân thành [真誠]	心から
các thầy cô và các bạn	先生方並びに皆さん	xin	～させて頂く
		hết	終わる、終える

17.2　補充単語（宗教）

phong tục tập quán [風俗習慣]	風俗習慣	lễ hội [礼会]	祭り
		tôn giáo [宗教]	宗教

Phật giáo [仏教]	仏教	ăn chay	精進料理を食べる
Nho giáo [儒教]	儒教	thờ	祈る
Đạo giáo [道教]	道教	cúng [供]	供える
Thiên chúa giáo [天主教]	キリスト教（カトリック）	xăm	おみくじ
		bùa	お守り
		nhà sư [-/師]	僧侶
đạo Tin lành	キリスト教（プロテスタント）	linh mục [霊牧]	神父
		thầy tu [-/修]	牧師
chùa	寺	thầy phù thuỷ [-/符水]	風水師
đền	神殿	thầy địa lý [-/地理]	風水師
miếu [廟]	廟		（方角のみを見る）
lăng [陵]	陵	thầy cúng [-/供]	祈祷師
nhà thờ	教会		

17.3 文法

(1) mới の用法

近い過去に起こったこと「～したばかりだ」を表す表現として、動詞の前に mới が置かれる。同じ意味で vừa（＋動詞）が用いられることもあり、vừa mới（＋動詞）と続けて使われる場合もある。

Em mới bắt đầu học tiếng Việt thôi.
　（僕／私はベトナム語を学び始めたばかりです。）
Tôi sang đây mới được một tháng.
　（ここにやってきて1カ月経ったばかりです。）
Cháu ăn cơm chưa? — Cháu mới ăn xong ạ.
　（もうご飯食べたかい。　—食べ終わったばかりです。）
Anh vừa mới ăn cơm xong, có chuyện gì vậy?
　（食事が終わったところだけど、何か用かい。）
Đến đây, nó mới biết thầy Nam đã đi rồi.
　（あの子はここに来てはじめて、ナム先生が既に行ってしまったと知りました。）

17課　自己紹介する（大学生）　Tự giới thiệu – sinh viên

Tôi cũng mới biết tin buồn này.（私もこの訃報を知ったばかりだ。）
Việt đi công tác ở Hà Nội mới về.
（ヴィエットは出張でハノイに行って帰ってきたばかりだ。）

（2）đang の用法

現在あるいは話題に上った時点で動作・状態が継続している時、動詞・形容詞等の前に đang を置く。同じく動作・状態の継続を表す vẫn, còn と一緒に使われることもある。その場合の語順は、vẫn còn đang（＋動詞）となる。

Các em đang nói chuyện gì đấy?
（君達、何の話をしているの。）
Chúng em đang bàn bạc về vấn đề giáo dục ngoại ngữ.
（私たちは外国語教育の問題について議論しています。）
Nó đang trên đường đi làm.
（あの子は通勤の途中です。）
Mẹ vẫn đang nấu cơm ở trong bếp.
（お母さんはまだ台所でご飯を作っています。）

（3）sẽ の用法

話者がある程度の確信を持って動作や状態が未来に起こることを言う場合に、sẽ を動詞の前に置く。

Anh sẽ gửi thư cho em sau.
（後で君に手紙を送るよ。）
Cô Thu đã nói sẽ đến Osaka tuần sau.
（トゥー先生が来週大阪に来ると言いました。）
Sang năm bạn Nam sẽ là lớp trưởng.
（来年はナム君がクラス長になる予定です。）
Tôi sẽ cố gắng hoàn thành nhiệm vụ.
（頑張って任務を果たす所存です。）

(4) được の用法 (1)

動作や状態が主語にとって好ましい状態であることを表すために、動詞・形容詞の前に được が置かれることがある。「～する機会に恵まれる」、「幸運にも～だ」といったニュアンス。

Em chưa được nghe tin đó.
（まだその知らせを聞いていません。）
Tôi rất mong được gặp lại anh trong tương lai gần.
（近い内にまたお会いできることを望んでおります。）
Cháu không được khoẻ lắm.
（あまり元気ではありません。）
Cô giáo em không được đẹp như cô giáo chị đâu.
（僕の先生はお姉さんの先生ほど綺麗じゃないよ。）

(5) được の用法 (2)

「được（＋名詞）＋動詞」の形で、「（名詞）に（動詞）される」と受身の意味を表す。16課(7)で学んだ bị が主語にとって好ましくない意味の受身を表すのに対して、được は主語にとって好ましい状態あるいは中立的な状態を表す場合に使われる。

書き言葉に限り、「主語＋được＋動詞＋bởi＋名詞」の形で、「（主語）が（名詞）により（動詞）される」と英語さながらの受身構文が作られる。

Quyển sách này được xuất bản vào năm 1975.
（この本は1975年に出版された。）
Thu được mời đến liên hoan.
（トゥーはパーティーに招待された。）
Bạn Việt luôn luôn được thầy giáo khen.
（ヴィエット君はしょっちゅう先生に褒められる。）
Liên được ban tổ chức trao tặng giải nhất.
（リエンは実行委員会により一等賞を授与された。）
Công ty đó được thành lập bởi một nhóm chuyên gia.
（その会社はある専門家のグループによって設立された。）

(6) để の用法

動作の目的「〜するために」を表すために、動詞の前に để が置かれる。

Hôm nay em đến trường để mượn sách của thầy Nam.
（今日はナム先生の本を借りに学校へ来ました。）
Em học tiếng Việt để làm gì?
（何のためにベトナム語を勉強しているの。）
Em không có bút để viết.
（書くためのペンがありません。）
Sau trận động đất, nhiều người không có nhà để ở.
（地震の後、多くの人が住むための家を失いました。）

(7) 属性の表現

名詞の属性を表すために、その名詞の後に「主語＋述語」が置かれることがしばしばある。名詞が文の主語の場合は、「主語1＋主語2＋述語」の形となる。

Cháu tên là gì? – Dạ, cháu tên là Khánh ạ.
（お名前は。はい、カィンと申します。）
Cháu quê ở đâu? – Dạ, cháu quê ở Hà Tĩnh ạ.
（出身はどこ。はい、ハティン出身です。）
Anh Nam tinh thần trách nhiệm thật cao.
（ナムさんは責任感が本当に強い。）
Chị Hải là người tóc dài, phải không?
（ハイさんは髪の毛の長い人でしょ。）

(8) sự の用法

動詞・形容詞を名詞化するとき、sự［事］が前に置かれる場合がある。特に論説文やスピーチの中で多用される。

Xin cảm ơn sự giúp đỡ của anh.
（ご協力有難うございました。）

Chúng tôi rất mong nhận được sự hợp tác của các vị.
（皆様のご協力が得られることを望んでおります。）
Không có sự hướng dẫn của cô thì làm sao em có thể thành công được ạ?
（先生の指導がなければ、どうして成功できたでしょう。）
Trong tình hình như thế này thì không thể tránh sự lao tâm khổ tứ.
（このような状況では、多大な心労は避けられません。）

(9) không những ... mà còn ...

二つの動詞・形容詞の前に置かれ「〜（する／である）だけではなく〜（もする／でもある）」の意味を表す。

Cô ấy không những đẹp mà còn rất thông minh.
（彼女は美しいだけじゃなくて頭も良い。）
Nó không những ghét học mà còn luôn nghỉ học.
（あの子は勉強が嫌いなだけじゃなくしょっちゅう授業を休む。）
Điều đó không những làm cho chúng tôi buồn mà còn khiến cho thầy Nam thất vọng.
（そのことは私達を悲しませただけではなく、ナム先生を失望させた。）
Anh ấy không những thích ăn món ăn Việt Nam mà còn nấu được rất ngon.
（彼はベトナム料理が好きなだけじゃなく料理もとても上手だ。）

17課　自己紹介する（大学生）　Tự giới thiệu – sinh viên

練習問題

1．正しい文になるように単語を並べ替えなさい。

(1) (được　Thu　mời　liên hoan　đến).
(2) (khen　Việt　được　thầy giáo).
(3) (được　tôi　gặp　mong　anh　lại).
(4) (chưa　nghe　em　được　đó　tin).
(5) (em　bút　không　viết　để　có).

2．次の文を指示にしたがって書き替えなさい。

(1) Nó ghét học. Nó luôn nghỉ học.　　［一文に］
(2) Anh ấy thích ăn món ăn Việt Nam. Anh ấy nấu được rất ngon.
　　　　　　　　　　　　　　　　　　　［一文に］
(3) Hôm nay tôi đến trường. Tôi mượn sách của thư viện.　［一文に］
(4) Xin cảm ơn anh đã giúp đỡ cho tôi.　［sự をつかって］
(5) Tên của cháu là Khánh.　［cháu を主語に］

3．次の日本語をベトナム語に訳しなさい。

(1) 私はベトナム語を学び始めたばかりです。
(2) あの子はご飯を食べ終えたばかりだ。
(3) 彼は通勤の途中です。
(4) 頑張って任務を果たす所存です。
(5) 多くの人が住むための家を持っていません。

18課 自己紹介する（大学院生の場合）

Tự giới thiệu – nghiên cứu sinh

博士課程大学院生岡田君がHiếu教授（男性）をはじめとする先生方と同じ専門の研究者の前で自己紹介する。

Giáo sư Hiếu:
> Nhân cuộc họp hôm nay, tôi rất hân hạnh được giới thiệu một người Nhật Bản, mới sang Việt Nam nghiên cứu. Đó là anh Okada, một nhà nghiên cứu lịch sử trẻ xuất sắc của Nhật Bản. Mời anh Okada phát biểu vài lời.

Okada:
> Xin chào giáo sư Hiếu và các bạn đồng nghiệp có mặt hôm nay. Tôi xin phép được tự giới thiệu. Tôi tên là Okada Masaki, nghiên cứu sinh tại trường Đại học Osaka, Nhật Bản. Tôi đang nghiên cứu về lịch sử tư tưởng Việt Nam, đặc biệt là về lịch sử tư tưởng phong thủy Việt Nam, dưới sự hướng dẫn của giáo sư Motoki, một nhà nghiên cứu lịch sử nổi tiếng của Nhật Bản. Tôi không những quan tâm đến lịch sử tư tưởng Việt Nam mà còn quan tâm đến lịch sử tôn giáo Việt Nam. Trong quá trình nghiên cứu về đề tài, tôi rất mong nhận được sự giúp đỡ của các bạn. Tôi xin chân thành cảm ơn giáo sư và các bạn. Xin hết ạ.

GS H:
> Cám ơn anh Okada. Chúng tôi cũng rất hy vọng mối quan hệ hợp tác giữa chúng ta trên lĩnh vực khoa học sẽ ngày càng phát triển.

18課　自己紹介する（大学院生の場合）　Tự giới thiệu – nghiên cứu sinh

18.1　単語・表現

nghiên cứu sinh [研究生]	（博士課程）大学院生	mối quan hệ [-／関係]	関係
cuộc họp	会議	hợp tác [合作]	協力する
đồng nghiệp [同業]	同業の	trên	〜の上
tư tưởng [思想]	思想	lĩnh vực [領域]	分野
đặc biệt là ... [特別／-]	特に〜	giữa	〜の間
phong thuỷ [風水]	風水	chúng ta	私達（聞き手を含む）
tôn giáo [宗教]	宗教	ngày càng ...	日増しに〜、ますます〜
đề tài [題材]	テーマ	phát triển [発展]	発展する（させる）、よくなる（する）
hy vọng [希望]	望む		

18.2　補充単語（学問分野）

văn học [文学]	文学	hoá học [化学]	化学
ngôn ngữ học [言語学]	言語学	vật lý học [物理学]	物理学
sử học [史学]	歴史学	địa chất học [地質学]	地学
địa lý học [地理学]	地理学	tin học [信学]	情報学
triết học [哲学]	哲学	toán học [算学]	数学
kinh tế học [経済学]	経済学	du lịch học [游歴学]	観光学
chính trị học [政治学]	政治学	tâm lý học [心理学]	心理学
sinh học [生学]	生物学	môi trường [媒場]	環境

18.3　文法

(1) 類別詞 mối, cuộc の用法

特定の名詞や動詞の前に置かれ類別詞のように使用される語。mối は感情や社会的な関係を表す語、cuộc はその過程の中で多くの人が参加する出来事や状況を表す語の前に置かれる。

Mối quan hệ giữa Việt Nam và Nhật Bản trên lĩnh vực kinh tế đang phát triển nhanh.
（経済分野におけるベトナムと日本の関係は急速に発展している。）
Đó chỉ là mối lo lắng mơ hồ, chứ không phải là vấn đề có thật.
（それは単に漠然とした心配で、現実の問題ではありません。）
Cuộc họp sẽ được tổ chức vào ngày kia.
（会合は明後日開かれます。）
Cuộc sống ở đây khổ hơn bên đấy.
（ここでの生活はそちらよりきついです。）
Nhân cuộc gặp gỡ hôm nay, tôi xin gửi lời chào trân trọng đến Giáo sư Hiếu và các vị có mặt tại đây.
（本日お目にかかれたことを機に、ヒェウ教授並びにご列席各位にご挨拶申し上げます。）
Cuộc chiến tranh để lại cho tôi nhiều nỗi buồn.
（戦争は私に多くの悲しみを残していった。）

（2）càng ... càng ... の用法

「～すればするほど～」の意を表す形式。càng は本来動詞・形容詞の前に置かれる副詞で、前者の càng は通常程度を表す語の前、あるいは例外的に名詞 ngày の前に置かれ、後者の càng は述語動詞・形容詞の前に置かれる。

Càng nhiều người tham dự càng vui.
（多くの人が参加すればするほど楽しい。）
Em gửi cho chị càng sớm càng tốt.
（私になるべく早く送ってちょうだい。）　　［年下の相手に］
Tiếng Việt của nó càng ngày càng tiến bộ.
（あの子のベトナム語はますます進歩していく。）
Chúng ta càng xa nhau càng nhớ nhau.
（私たち離れれば離れるほど恋しくなる。）

（3）nhân (dịp / tiện) ... の用法

「～を機に」の意味を表す表現。名詞も動詞も後続することができる。

18課　自己紹介する（大学院生の場合）　Tự giới thiệu – nghiên cứu sinh

Nhân tiện đi qua thì ghé vào nhé.
　（近くを通りかかった折には寄って下さいね。）
Nhân dịp sinh nhật, thân chúc bạn một tuổi mới vui vẻ, mạnh khoẻ.
　（誕生日に際し、君に新しい歳の喜びと幸せを祈念します。）
Nhân có sự hiện diện của ngài bộ trưởng, tôi xin chúc ngài và các vị khác có mặt ngày hôm nay an khang thịnh vượng.
　（大臣の御出席に際し、大臣並びにご列席の皆さまの御健康と御発展をお祈り申し上げます。）

（4）動詞句いろいろ（1）

動詞と前置詞の組み合わせの例をいくつか紹介する。

Em rất quan tâm đến tình hình kinh tế thế giới trong mười năm gần đây.
　（僕はこの10年間の世界経済の状況に関心があります。）
Cho em giới thiệu anh Nam với anh.
　（私にナムさんを紹介させて下さい。）
Tôi đang nghiên cứu về lịch sử trà đạo Nhật.
　（私は日本の茶道の歴史について研究しています。）
Chúng tôi không thể không đề cập đến tác phẩm của Nguyễn Du.
　（私達はグェン・ズーの作品について言及しないわけにはいかない。）
Căn cứ vào dữ liệu trên mạng, sang năm sẽ là năm thử thách.
　（インターネット上のデータによると、来年は試練の年になるだろう。）

（5）đặc biệt là ...

「特に～」の意味を表す形式。

Món ăn Việt Nam nào cháu cũng thích, đặc biệt là bún chả!
　（僕はどのベトナム料理も好きです。特にブンチャーが好きです。）
Đặc biệt là lời nói của nó đã làm cho tôi hết sức buồn.
　（特にあいつの言葉が私をことごとく悲しませた。）

練習問題

1．正しい文になるように単語を並べ替えなさい。

(1) (tôi　　　về　　　　nghiên cứu　Nhật Bản　lịch sử).
(2) (đến　　　em　　　　kinh tế　　　thế giới　　quan tâm).
(3) (không　　đến　　　　vấn đề　　　đề cập　　đó　　　tôi).
(4) (nhiều　　tham dự　　người　　　vui　　　càng　　càng).
(5) (sống　　cuộc　　　đây　　　　khổ　　　ở).

2．次の文を日本語に訳しなさい。

(1) Chúng ta càng xa nhau càng nhớ nhau.
(2) Cho tôi giới thiệu anh Nam với anh.
(3) Chị gửi cho tôi càng sớm càng tốt.
(4) Mối quan hệ hợp tác giữa chúng ta sẽ phát triển.
(5) Tôi rất mong nhận được sự giúp đỡ của các bạn.

3．次の日本語をベトナム語に訳しなさい。

(1) 特にナムの言葉が私を悲しませた。
(2) 会合は明日開かれます。
(3) 自己紹介させて頂きます。
(4) 私はヒェウ先生の御指導の下、ベトナム経済について研究しています。
(5) 岡田さん一言お願いします。

19課 レストランを探す
Tìm cửa hàng

会ってまだ日が浅い岡田君と Hà 君が一緒にレストランを探している。

Hà: Cửa hàng này là một trong những cửa hàng nổi tiếng nhất của Hà Nội đấy. Anh đã ăn ở đây lần nào chưa?

Okada: Dạ, chưa. Ở đây có những món ăn gì, hả anh?

H: Ở đây có các món ăn đặc sản Hà Nội, nào là nem rán, nào là bún chả ...

O: Hay quá, chúng ta ăn ở đây đi. Tôi rất thích bún chả, nhưng chưa từng ăn ở đây lần nào.

H: Chắc anh thường ăn ở phố Mai Hắc Đế đúng không?

O: Vâng. Cửa hàng ở đấy không được rộng như ở đây, nhưng nó rất gần khách sạn, và lại cũng rất ngon.

H: Tôi cũng biết mấy cửa hàng ở đấy. Nhưng anh cứ nếm thử món bún chả của cửa hàng này đi. Chắc chắn nó sẽ không làm anh thất vọng đâu.

O: Thế chúng ta vào đi.

19.1 単語・表現

ăn	食べる	thích ... [適]	〜が好きだ
món	料理	chưa từng ... lần nào	まだ一度も〜したことがない
đặc sản [特産]	郷土料理		
tìm	探す	phố Mai Hắc Đế [鋪／梅黒帝]	マイハックデー通り
nhà hàng	レストラン		
một trong những ...	〜の中の一つ	... đúng không?	〜ですか
đã ... lần nào chưa?	〜したことがありますか	không ... như 〜	〜ほど...ではない
		rộng	広い
chưa ...	まだ〜したことがない	nó	それ、あいつ、あの子
ở ... có 〜	...に〜がある	khách sạn [客栈]	ホテル
món ăn	料理	và lại	それに
các [各]	(複数を表す要素)	ngon	美味しい
Hà Nội [河内]	ハノイ	mấy	いくつかの、いくつの
nào là ... , nào là ...	〜とか〜とか	nhưng	しかし
nem rán	揚げ春巻き	nếm thử	味わってみる
bún chả	ブンチャー（焼肉つけ麺）	chắc chắn	確実な（に）
		thất vọng [失望]	失望する
hay	よい、面白い、うまい		

19.2 補充単語（料理）

phở gà / phở bò	鶏肉／牛肉入りフォー	mì vằn thắn (mì hoành thánh)	ワンタン麺
phở xào	焼きフォー		
mì	そば、ラーメン	bún chả	ブンチャー（焼肉つけ麺）
mì xào	焼きそば		
mì ăn liền	インスタントラーメン	bún ốc / bún riêu	タニシ／モツ入りスープ麺
miến	はるさめ		
miến cua / miến lươn ...	蟹／鰻入りはるさめ	bún bò Huế	フエ風牛肉スープ麺
		nem rán / chả giò	揚げ春巻き

nem chua	酸味ソーセージ	rau muống xào tỏi	空心菜のニンニク炒め
canh chua	酸味スープ		
bánh cuốn	蒸春巻き	cơm trắng	白飯
bánh tôm	蝦天ぷら	cơm nếp	もち米を蒸した米飯、おこわ
bánh chưng	蒸餅		
bánh dày	餅	bánh mì	パン
chả cá	淡水魚 cá lăng をすき焼き風に bún と炒めたハノイの郷土料理	trứng gà	鶏卵
		trứng vịt	家鴨の卵
		trứng vịt lộn	孵化しかけ家鴨卵
giò lụa / chả lụa	豚肉ソーセージ	cháo gà	鶏肉粥
hủ tiếu	フーティウ（南部の米粉）	cháo cá	魚入り粥
		cháo trắng	白粥
hủ tiếu Nam Vang	プノンペンフーティウ	cá kho	煮魚

19.3　文法

(1) 比較の表現 (2)

「AはBほど〜ではない」の意味を表す表現は「A không ... như / bằng B」となる。

Cửa hàng này không ngon bằng cửa hàng kia.
　（この店はあの店ほど美味しくない。）
Cháu không cao bằng chú ạ.
　（僕は叔父さんほど背が高くありません。）
Mày không giỏi tiếng Anh như nó.
　（お前はあいつほど英語が上手くない。）
Em không được vui như lúc đang sống ở Hà Nội.
　（ハノイに住んでいた頃ほど楽しくありません。）

(2) 比較の表現 (3)

「một trong những A ... nhất」「最も〜なAの中の一つ」の形で最上級と判断する

にふさわしい対象が複数あることを表す常用表現となる。

Quốc là một trong những chàng trai đẹp trai nhất ở trường này.
（クォックはこの学校で一番ハンサムな男子の一人です。）
Đà Nẵng là một trong những thành phố lớn nhất ở Việt Nam.
（ダナンはベトナムで最も大きな都市の一つです。）
Quyển sách này là một trong những quyển hay nhất trong thư viện này.
（この本はこの図書館で一番面白い本の一つです。）

(3) 経験の表現 (1)

経験の意味を表す表現「～したことがある／ない」は「đã từng ... / chưa từng ...」となる。

Em đã từng đi Tokyo hai lần.
（私は2度東京へ行ったことがあります。）
Bạn Lan chưa từng đi Nha Trang.
（ランさんはニャチャンに行ったことがありません。）
Anh đã từng nghe bài hát đó chưa?
（その歌を聞いたことがありますか。）
Dạ, tôi chưa từng nghe lần nào.
（まだ一度も聞いたことがありません。）

(4) 経験の表現 (2)

経験を問う疑問の表現「～したことがありますか」、未経験を表す表現「一度も～したことがない」の意を表す形は、それぞれ「đã ... lần nào chưa?」、「chưa ... lần nào」となる。

Cháu đã uống rượu Sake lần nào chưa?
（君は（日本の）お酒を飲んだことがあるかい。）
Dạ, chưa ạ. Cháu chưa uống lần nào.
（いいえ。まだ一度も飲んだことがありません。）

19課　レストランを探す　Tìm cửa hàng

Em đã xem chương trình này lần nào chưa?
（この番組見たことあるかい。）
Dạ, cháu chưa xem lần nào.
（いえ、まだ一度も見たことがありません。）

（5）複数を表す表現 các / những

名詞の前に置き複数を表す表現に các と những がある。các は個々の構成員を欠かすことなく全て意識した表現、những は単に複数を表す表現である。

Kính thưa các quý vị, tôi xin phép được tự giới thiệu.
（皆さま、自己紹介させて頂きます。）
Trong các sinh viên ở lớp này, có cả sinh viên Nhật Bản lẫn sinh viên Việt Nam.
（このクラスの学生には、日本人の学生もベトナム人の学生もいます。）
Trong các món này, em thích những món nào?
（これらの料理の中で、君はどの料理がすき？）
Tôi đã mua những quyển sách này. /Tôi đã mua các quyển sách này.
（私はこれらの本を買いました。／これらの本は全部私が買った。）

（6）nào là ... nào là ...

「〜や〜など」の意味を表す表現。

Em thích nghe ca nhạc của các ca sĩ, nào là Hương Lan, nào là Tuyết Minh, v. v.
（僕はフオンランやトゥエットミンなどの歌手の歌が好きです。）
Nào là phở bò, nào là phở gà, loại phở nào tôi cũng thích.
（牛肉フォーや鶏肉フォーなどどの種類のフォーも私は好きです。）
Thiếu gì! Ở đây có đủ thứ, nào là Sài Gòn, nào là Du Lịch, v.v.
（ご心配なく。ここには何でもありますよ。サイゴンもズーリック*も。）
　　　　　　　　　　　　　*サイゴン、ズーリック：煙草の名前

（7）và lại

接続詞「さらに」を表す表現 và lại は文頭にも述語の前にも置くことができる。

cũng が述語の前に置かれる場合もある。

Từ điển này nội dung rất phong phú, vả lại rẻ tiền.
（この辞書は内容が豊富だし、それに安い。）
Anh Khánh là một người rất thông minh, vả lại cũng rất hiền.
（カィンさんは賢い上にとても優しい人です。）
Nó thích đọc truyện cổ lắm, vả lại thuộc hết phần đầu của mấy truyện nữa.
（あの子は昔話がとても好きだ。その上、いくつかの話の冒頭を覚えている。）

(8) 動詞＋thử (xem)

「動詞 + thử (xem)」の形で「〜してみる」の意味を表す。

Em đọc thử cho vui nhé.　　　　　（よかったら読んでみて。）
Anh ăn thử xem! Anh có thấy ngon không?
　　　　　　　　　　　　　　（食べてみて下さい。どうおいしいですか。）
Em hát thử cho chị nghe đi.　　　（歌ってみて聞かせてちょうだい。）

19課　レストランを探す　Tìm cửa hàng

練 習 問 題

1．正しい文になるように単語を並べ替えなさい。

(1) (thử   ăn   cháu   xem).
(2) (Mỹ   đi   chị   chưa   nào   lần)?
(3) (em   món   những   nào   thích)?
(4) (nghe   chưa   nào   tôi   lần).
(5) (Hà Nội đã   đi   từng   lần   hai   em).

2．次の文を指示にしたがって書き替えなさい。

(1) Anh Hiếu rất thông minh. Anh ấy rất hiền.
　　　　　　　　　　　　　　　　［vả lại を使って一つの文に］
(2) Tôi đã từng đọc truyện cổ Việt Nam.　［否定文に］
(3) Cửa hàng này ngon hơn cửa hàng kia.　［cửa hàng kia を主語に］
(4) Nam không giỏi tiếng Anh như Thu.　［Thu を主語に］
(5) Hà Nội là thành phố đẹp nhất ở Việt Nam.
　　　　　　　　　　　　　　　　［một trong những を使って］

3．次の文をベトナム語に訳しなさい。

(1) ［年下の相手に］よかったら食べてみて。
(2) ［男性の先生に］先生はブンチャーを召しあがったことがありますか。
(3) Hương Lan はベトナムで最も美しい歌手の中の一人です。
(4) この本は面白い上に値段が安い。
(5) ここには各種フエ料理があります。牛肉スープ麺とか、蒸餅（bánh bèo）とか。

第20課 料理を注文する（1）
Gọi món ăn

19課の登場人物2人がレストランで注文する。

Nhân viên phục vụ:
　　　　　Xin lỗi, các anh dùng gì ạ?
H:　　　Anh chờ cho một chút nhé. Một lát nữa tôi sẽ gọi lại.
NVPV:　Vâng, mời các anh xem. (Đưa thực đơn cho khách)
H:　　　Tôi ăn bún chả và nem rán. Còn anh?
O:　　　Tôi cũng ăn bún chả và nem rán. Tôi muốn uống một ly trà đá nữa.
H:　　　Ngoài ra anh có gọi thêm món gì nữa không?
O:　　　Chắc như thế là đủ no rồi, phải không ạ?
H:　　　Tôi nghĩ thế là đủ rồi. Nếu không đủ thì gọi thêm sau cũng được.
O:　　　Vâng.

20課　料理を注文する (1)　Gọi món ăn

20.1　単語・表現

gọi món (ăn)	料理を注文する	... nữa	さらに〜
nhân viên phục vụ	［人員／服務］	ngoài ra	それ以外に
	服務員、店員	... thêm	さらに〜する
dùng	召し上がる	đủ no	お腹一杯の
chờ cho	待ってもらう(くれる)	nếu ... thì 〜	もし...なら〜
thực đơn ［食単］	メニュー	sau	後で
ly	グラス、杯	... cũng được	〜でもよい
trà đá	氷入りお茶、アイスティー		

20.2　補充単語（レストラン関連）

đặt món	料理を予約する	tăm	楊枝
gọi món	料理を注文する	khay	お盆
đặt chỗ	席を予約する	khăn lau tay	お手拭き
thực đơn ［食単］	メニュー	đường	砂糖
đũa	箸	muối	塩
đĩa	皿	giấm (dấm)	酢
bát	御飯茶碗	nước tương / xì dầu	醤油
chén	湯呑茶碗	nước mắm	魚醤
cốc	コップ	tương	味噌
ly	グラス	vừng / mè	胡麻
chai	瓶	hạt tiêu / hột tiêu	胡椒
thìa / muỗng	スプーン	ớt	唐辛子
nĩa (dĩa)	フォーク	tỏi	ニンニク
dao	ナイフ	bánh đa / bánh tráng	ライスペーパー
ấm	やかん、ティーポット		

20.3　文法

（1）敬意を表す語彙 dùng 等

　ベトナム語の敬語表現は一般に人称代名詞や動詞の前に添えられる xin, làm ơn 等の語句で表現されるが、稀に動詞そのものに相手への尊敬の意が含意されることがある。以下の dùng, xơi（召し上がる）, xin（頂戴する）はその例である。

　　Mời ông dùng cơm.　　　　　　　　（どうぞ御飯をお召し上がり下さい。）
　　Mời ngài xơi nước ạ.　　　　　　　（お茶をどうぞ。）
　　Dạ, xin anh.　　　　　　　　　　　（はい、頂きます。）
　　Dạ, cháu xin bác ạ.　　　　　　　　（はい、頂きます。）

（2）動詞 ＋ cho

　動詞の後に cho を置いて、「～してあげる」「～してくれる」の意を表す。動作の主体が「わたし」で、聞き手のために「～してあげる」の意で使用する場合は、通常話者より聞き手の年齢・立場が下の場合に限られる点、注意が必要である。ただし、話し相手と聞き手が親しい関係にある場合には、主語が二人称代名詞の場合、「～してくれる」の意味となりどのような場合でも使用可能であるが、動作の主体である「あなた」が何かをしてもらう「わたし」よりも立場が下の場合、若干自分を卑下したニュアンスが加わる。

　　Cháu ơi, để bác giúp cho.　　　　　　　　　（君、手伝ってあげるよ。）
　　Thầy sửa bài cho.　　　　　　　　　　　　（先生がなおしてあげよう。）
　　Nếu em chưa ăn gì cả, thì chị nấu cơm cho.
　　　　　　　　　（まだ何も食べてないんだったらご飯作ってあげるよ。）
　　Bác chờ cho một tí nhé.　　　　　　　　　（ちょっと待って下さい。）
　　Em giúp cho anh một tí được không?　　　（ちょっと手伝ってくれるかい。）
　　　　　　　　　　　　　　　　　　　　　　［年下の相手に対して］

(3) muốn + 動詞

「muốn + 動詞」の形で「～したい」の意味を表す。

Em muốn mua một cái máy tính mới.
　（僕は新しいパソコンを一つ買いたいです。）
Anh có muốn đi Nha Trang không?
　（ニャチャンに行きたいですか。）
Nó muốn đi chơi, nhưng bố mẹ không cho.
　（あの子は遊びに行きたがっているけれども、両親が許さない。）

(4) ngoài ... ra の表現

「ngoài ... ra」の形で「～以外に」の意味を表す。

Ngoài Việt Nam ra, anh đã đi những nước nào?
　（ベトナム以外に、あなたはどこの国に行きましたか。）
Ngoài Nam ra, còn có những ai chưa nộp giấy đó?
　（ナム以外に、まだその用紙を提出していない人は誰ですか？）
Ngoài từ điển tiếng Việt ra, anh đã tham khảo những tài liệu gì?
　（ベトナム語辞書以外に、あなたは何の資料を参考にしましたか。）

(5) 動詞 + nữa

「動詞 + nữa」の形で「さらに～する」の意味を表す。

Em ăn nữa đi, còn nhiều lắm.
　（もっと食べて、まだ沢山あるから。）
Anh đi một chút nữa thì sẽ thấy nhà ga ở bên phải.
　（もう少し行けば、右手に駅が見えます。）
Em hãy ngủ một chút nữa đi. Còn sớm lắm mà.
　（もう少し寝なさいよ。まだ早いから。）

(6) 仮定の表現 nếu ... thì ...

「nếu ... thì ...」の形で「もし～ならば～」と仮定の意味を表す。

Nếu không thích thì anh vứt đi cũng được ạ.
　（気に入らなければ、捨ててもいいですよ。）
Nếu ngày mai nó không đến, thì tôi sẽ phạt nó.
　（もし明日あいつが来なければ、あいつに罰を与えるつもりだ。）
Nếu tôi có tiền thì tôi sẽ mua ngay mà.
　（もしお金があれば、直ぐに買うのにな。）

(7) 譲歩の表現 ... cũng được

「... cũng được」の形で「～でもよい」と譲歩の意味を表す。

Nếu không có người nào khác thì Nam cũng được.
　　　　　　　　　　　　　（もし他に誰もいなければ、ナムでもいいよ。）
Em đi một mình cũng được.　　　（私は一人でも行けます。）
Cái này có được không ạ?　　　　（これでいいでしょうか。）
— Ừ, cũng được.　　　　　　　（うん、まあいいだろう。）

20課　料理を注文する（1）　Gọi món ăn

練　習　問　題

1．正しい文になるように単語を並べ替えなさい。

(1) (đi muốn tôi Việt Nam).
(2) (này được cũng cái).
(3) (nữa ăn đi cháu).
(4) (bác giúp để cho).
(5) (cô mời nước xơi).

2．次の文を指示にしたがって書き替えなさい。

(1) Em đi một mình.　　　　　　　［譲歩の意味を表す文に］
(2) Chị không thích. Chị vứt đi.　　［一つの文に］
(3) Ngày mai chị không đến. Tôi rất buồn.　［一つの文に］
(4) Mời cháu ăn cơm.　［父親より年上の男性に向かって丁寧に］
(5) Anh muốn đi Kyoto một mình.　　［疑問文に］

3．次の文をベトナム語に訳しなさい。

(1) ［同年代の親しくない男性に向かって］少しお待ち下さい。
(2) ［甥と同世代の男の子に向かって］もう少し行けば学校が見えるよ。
(3) ［女性の先生が学生に向かって］先生が文を直してあげましょう。
(4) ベトナム語辞典がなければ、日本語辞典でもいいですよ。
(5) ［年上の男性に向かって］ブンチャー以外に、何かもっと食べたい料理はありますか。

第21課 料理を注文する (2)

Gọi món ăn

20課の会話の続き。

H: Chị ơi!
NVPV: Dạ.
H: Cho tôi xin hai suất bún chả và... Một đĩa nem rán có mấy cái hả chị?
NVPV: Có hai cái anh ạ. Mỗi cái to như thế này này anh ạ.
H: Thế thì cho tôi xin hai đĩa.
NVPV: Vâng. Thế các anh có muốn uống gì không ạ?
H: Ồ, tôi quên. Cho tôi xin hai cốc trà đá.
NVPV: Vâng. Xin các anh chờ cho một lát.

21.1 単語・表現

cho tôi xin ...	〜を下さい	mỗi cái	それぞれ
suất	セット	to	大きい
đĩa	皿	như thế này này	このような(に)
mấy cái	いくつ	cốc	コップ

21.2 補充単語（形容詞いろいろ）

to	大きい	hiền	優しい	
lớn	大きい	dữ	意地悪い	
nhỏ, bé	小さい			
nặng	重い	đỏ	赤い	
nhẹ	軽い	xanh	青い、緑色の	
béo, mập	太った	vàng	黄色い、金色の	
gầy, ốm	痩せた	trắng	白い	
dài	長い	đen	黒い	
ngắn	短い	cam	オレンジ色の	
dày	厚い	tím	紫色の	
mỏng	薄い	hồng［紅］	桃色の	
cao［高］	高い	nâu	茶色の	
thấp	低い	xám	灰色の	
rộng	広い	bạc	銀色の	
hẹp	狭い	chàm	藍色の	
sâu	深い	son	朱色の	
nông	浅い			
xa	遠い	ngọt	甘い	
gần	近い	cay	辛い	
mới	新しい	mặn	塩辛い	
cũ	古い	chát	渋い	
trẻ	若い	đắng	苦い	
già	年老いた	chua	酸っぱい	
mạnh	強い	giòn	歯触りのよい	
yếu	弱い	dai	かたくて噛み切れない	
đẹp	美しい			
xấu	醜い	khát［渇］	喉が渇いた	
tốt	良い	đói	空腹の	
xấu	悪い	no	満腹の	
vui (tính)	陽気な	đau (đầu, bụng)	（頭、お腹が）痛い	
khó (tính)	気難しい	buồn	悲しい、淋しい、くす	

	ぐったい	chậm	遅い
mệt	疲れた	sớm	早い
mỏi	だるい	muộn	晩い
khoẻ	元気な	dễ	易しい
khó chịu	不快な	khó	難しい
dễ chịu	快適な	sạch	清潔な
		bẩn	汚い
ít	少ない	thật［実］	本当の
nhiều	多い	dối	嘘の
đắt	（値段が）高い	giống	同じ、似ている
rẻ	安い	khác	異なる
đúng	正しい	hay	面白い
sai	間違った	dở	つまらない
bận	忙しい	sáng	明るい
rỗi	暇な	tối	暗い
nóng	暑い	sống	生の
lạnh	冷たい		
mát	涼しい	quan trọng［関重］	重要な
nhanh	速い	nguy hiểm［危険］	危険な

21.3　文法

(1) 数量を尋ねる表現 mấy / bao nhiêu

数量を尋ねる表現に mấy と bao nhiêu がある。mấy は 10 前後の小さい数について、bao nhiêu は 10 を明らかに超える比較的大きな数について尋ねる際に用いる。

Năm nay cháu nhà anh mấy tuổi rồi?
　　　　　　　　　　（今年あなたのお子さんはおいくつになりますか。）
Em đã mua mấy cân rồi đấy?　　　（君、何キロ買ったの。）
Anh học tiếng Việt mấy năm rồi?　（何年ベトナム語を勉強しましたか。）
Cái này bao nhiêu tiền một hộp?　（これは一箱いくらですか。）

21課 料理を注文する (2) Gọi món ăn

Em nặng bao nhiêu cân? （君は体重何キロ。）
Cháu đã đọc bao nhiêu trang rồi? （もう何ページ読んだの。）

(2) mỗi / mọi

いずれの語も複数のものの全体を示すが、mỗi は個々の個体それぞれを示し「～毎、～ずつ」の意を表し、しばしば「mỗi ... một ...」とペアで使われる。一方、mọi は個体の集合全体を示し、しばしば tất cả が前に置かれたり、文末に cả が置かれて、「全ての～」の意を表す。

Mỗi người có một ý kiến riêng. （皆それぞれ自分の意見がある。）
Người ta chỉ cho mỗi người một cái thôi. （一人一つずつしかくれなかった。）
Mỗi tháng nó đi gặp người yêu một lần. （彼は毎月一回恋人に会いに行く。）
Mọi người đều biết cả. （誰もが知っている。）
Tất cả mọi điều đã làm cho tôi thất vọng. （全てのことが私を失望させた。）
Nó thích mọi cái đấy. （あの子は全部好きですよ。）

(3) có ... gì / nào / ai ... không? không / chưa / chẳng ... gì / nào / ai ... cả

Yes - No 疑問文 có ... không? または (đã) ... chưa? に疑問詞が含まれると「誰か、どれか、何か～しますか / しましたか」と不定の事物を指す表現となる。
また、否定文の中に疑問詞が使われ、文末に cả を置くと、全部否定「誰も、どれも、何も～しません」の表現となる。

Em có gì mới không? / Dạ, em chẳng có gì mới cả anh ạ.
（何か新しいことある。／いえ、何も新しいことはありません。）
Anh có nghe chuyện gì hay không? / Không, tôi không nghe chuyện gì hay cả.
（何か面白い話を聞いてますか。／いいえ、何にも面白い話は聞いてません。）
Cháu đã ăn gì chưa? / Dạ, cháu chưa ăn gì cả bác ạ.
（何か食べたの。／ええ、まだ何も食べてません。）
Ở Osaka anh gặp ai chưa? / Chưa, tôi chưa gặp ai cả.
（大阪で誰かに会った？／いや、まだ誰にも会ってない。）

練 習 問 題

1．正しい文になるように単語を並べ替えなさい。

(1) (chưa　　cháu　　ăn　　cả　　gì).
(2) (gì　　nó　　biết　　cả　　chẳng).
(3) (có　　mới　　cả　　tôi　　gì　　không).
(4) (gặp　　tôi　　cả　　ai　　chưa).
(5) (nghe　　không　　cả　　chuyện　　tôi　　gì　　hay).

2．次の文を指示にしたがって書き替えなさい。

(1) Ở Osaka anh gặp ai chưa?　　　［全否定文で答えよ］
(2) Tôi đi gặp thầy giáo.　　　　　［「毎年一度」の意味を付加］
(3) Cháu đã đọc 20 trang rồi.　　　［頁数を聞く疑問文に］
(4) Người ta có ý kiến.　　　　　　［「一人一つずつ」の意味を付加］
(5) Năm nay cháu nhà anh hai tuổi.［歳を聞く疑問文に］

3．次の日本語をベトナム語に訳しなさい。

(1) 誰もが知っている。
(2) 全てのことがナムを失望させた。
(3) 君は体重何キロ？　　　　　　　［年下の男性に向かって］
(4) 何かお飲みになりますか？　　　［女性の先生に向かって］
(5) アイスティーを2杯下さい。

22課 ホテルに着く
Đến khách sạn

岡田さんがホテルに着いた時のフロントとの会話。

Nhân viên lễ tân:
　　　　　Chào anh.
Okada:　　Chào chị. Tôi là Okada từ Nhật Bản đến.
NVLT:　　Vâng. Mời anh điền vào tờ giấy này. Cho tôi xin hộ chiếu của anh có được không ạ?
O:　　　　Dạ, đây ạ. (Đưa hộ chiếu cho nhân viên lễ tân)
NVLT:　　Vâng, cảm ơn anh.
O:　　　　Chị làm ơn cho hỏi, ở đây có xác nhận vé máy bay giúp khách không ạ?
NVLT:　　Dạ, không anh ạ. Anh phải gọi điện thoại trực tiếp cho hãng hàng không cơ ạ. Anh đi hãng hàng không nào ạ?
O:　　　　(Đưa vé cho nhân viên lễ tân)
NVLT:　　À hàng không Việt Nam ạ! Đây là số điện thoại của hãng hàng không Việt Nam. Còn đây là chìa khoá phòng và vé ăn sáng. Anh đừng quên mang theo vé này khi đi ăn sáng nhé. Nhà hàng ở tầng hai ạ.
O:　　　　Xin cám ơn chị. Gửi chị ạ.
NVLT:　　Vâng.

22.1 単語・表現

nhân viên lễ tân [人員／礼賓]	フロント	trực tiếp [直接]	直接
điền vào ... [填／-]	〜に記入する	hãng hàng không [-／航空]	航空会社
tờ giấy	紙	à	あ（そうか）（何かに気付いた時、思い出した時）
hộ chiếu [護照]	パスポート	hàng không Việt Nam [航空／越南]	ベトナム航空
đây	ここ、これ		
xác nhận [確認]	確認する	chìa khoá	鍵
... giúp	〜てあげる、〜てくれる	ăn sáng	朝食をとる
		mang theo ...	〜を持って行く
vé	チケット、切符	khi ...	〜した時
máy bay	飛行機	tầng ...	〜階
phải ...	〜しなければならない	gửi ...	〜に送る、渡す

22.2 補充単語 (ホテル関連)

khách sạn [客棧]	ホテル	huỷ bỏ [棄／-]	キャンセルする
điện thoại [電話]	電話	phòng đơn [房／単]	シングル
thư điện tử [書／電子-]	電子メール	phòng đôi [房／-]	ツイン
địa chỉ [地址]	住所、アドレス	giường	ベッド
đặt phòng [-／房]	部屋を予約する	dọn giường	ベッドメーキング
đăng ký vào... [登記／-]	〜に登録する	giặt	ランドリー
		ti-vi	テレビ
trả phòng [-／房]	チェックアウトする	phòng ăn [房／-]	レストラン
		phòng hội nghị [房／会議]	会議室

22.3 文法

(1) từ ... đến

動作の起点を言う場合、動詞の前に起点を示す要素 từ... が置かれる場合がある。

Anh ấy từ Hà Nội đến.　　　（彼はハノイからやってきた。）
Nó từ Nhật Bản sang.　　　（あの子は日本からやってきた。）
Họ từ Việt Nam qua lâu rồi.　（彼らはベトナムから来て長くなる。）

(2) 動詞句いろいろ (2)

Anh hãy điền vào hồ sơ này.　　　（この書類に書き込んで下さい。）
Cháu đừng quên mang theo quyển vở nhé.
　　　　　　　　　　　　　　（ノートを持ってくるのを忘れないでね。）
Anh hãy ghi vào đây.　　　　（ここに記入して下さい。）
Xin đừng sờ vào hiện vật.　　（現物に触れないで下さい。）
Em vẫn nhớ đến sự kiện đó không?（その事件についてまだ覚えていますか？）
Thu chưa được biết đến tình hình của nó.
　　　　　　　　　　（トゥーはあいつの状況についてまだ知らされていない。）
Tôi xin gửi kèm theo thư này một món quà.
　　　　　　　　　　　　　（このお手紙に贈り物を同封致します。）
Người tiếp theo là ai?　　　（次は誰ですか。）

(3) 動詞句 + giúp

動詞句の後に giúp を置いて「～してあげる、～してもらう」の意味を添える場合がある。

Anh lấy giúp một cái cho tôi được không?（一つ取ってもらえますか。）
Thầy làm ơn sửa bài giúp cho em ạ.　（先生、課題を添削して下さい。）
Em tắt ti-vi giúp nhé.　　　（テレビを消してちょうだい。）

(4) phải / cần / nên

動詞の前において phải「〜しなければならない」cần「〜する必要がある」nên「〜した方がよい」の意味を表す。

Tôi phải cố gắng làm nốt trong ngày hôm nay.
　（頑張ってとりあえず今日中にやり終えなければならない。）
Chúng ta phải cẩn thận hơn một chút chứ.
　（もう少し注意深くやらないといけないでしょ。）
Chú cần mua gì ạ?　　　　　　　（何に致しましょうか。）
Thế thì tôi không cần đi nữa.　　（それでは、私はもう行く必要がありません。）
Em nên tập thể dục.　　　　　　（体操した方がいいよ。）
Cháu đừng nên thức khuya đấy.　（夜更かししない方がいいよ。）

(5) còn ...

主に文頭に置かれて「一方〜の方は」の意味を表す。

Anh khoẻ lắm. Còn em?　　　　（僕は元気だよ。君は。）
Cái này rất ngon, còn cái đấy thì bình thường
　　　　　　　　　　　　　　　（これはとてもおいしいけど、それは普通だね。）
Còn anh thì nghĩ như thế nào?　（あなたはどう思いますか。）

(6) khi

khi ..., (thì) ... の形で「〜した（する）とき、〜」の意味を表す。

Khi tôi học ở Hà Nội, tôi đã được gặp thầy Hiếu mấy lần.
　（ハノイで勉強していた時、ヒェウ先生に何度か会いました。）
Hôm qua khi Nam đến đây thì Thu chưa đến.
　（昨日ナムが来た時、トゥーはまだ来てなかった。）
Khi mẹ gọi cháu, cháu vẫn đang ngủ đấy.
　（お母さんが君を呼んだ時、君はまだ寝ていたよ。）

(7) ... ở ...

「A ở B」の形で「A は B にある」「A が B にいる」の意味となる。

Bây giờ thầy đang ở đâu ạ? — Tôi đang ở thư viện.
       (今先生はどこにおられますか。 — 図書館にいます。)
Thành phố Mino ở phía bắc tỉnh Osaka. (箕面市は大阪府の北にあります。)
Vấn đề ở chỗ này. (問題はここだ。)

(8) ... có ... / ở ... có ...

「A có B」あるいは「ở A có B」の形で、「A に B がある」の意味となる。

Miền bắc Việt Nam có bốn mùa: mùa xuân, mùa hè, mùa thu và mùa đông.
 (ベトナムの北部には春、夏、秋、冬の四季があります。)
Việt Nam có 85 triệu dân.
 (ベトナムには8千5百万の人口がいる。)
Trong phòng này chỉ có hai chiếc ghế thôi.
 (この部屋の中には椅子が2つしかない。)
Ở đây có những món gì hả chị? — Dạ, ở đây có các món đặc sản Huế anh ạ.
 (ここにはどんな料理がありますか。 — ええ、ここにはフエの特産料理があります。)
Ở Nhật Bản có nhiều núi lửa.
 (日本には沢山の火山がある。)
Ở miền nam có bốn mùa không?
 (南部には四季がありますか。)
Ở trên bàn có mấy chai bia? — Có ba chai.
 (テーブルの上に何本ビールがある? — 3本ある。)
Ở trên bàn không có gì cả.
 (机の上には何もない。)
Ở dưới kia có một làng nhỏ.
 (あっちの方に小さな村がある。)

練習問題

1．正しい文になるように単語を並べ替えなさい。

(1) (có　　　bắc　　　mùa　　　miền　　　bốn　　　Việt Nam).
(2) (chai　　trên　　có　　　ở　　　bàn　　　ba　　　bia).
(3) (miền　　ở　　　bắc　　Hà Nội　Việt Nam).
(4) (nghĩ　　anh　　còn　　thì　　như　　nào　　thế)?
(5) (gì　　　cần　　anh　　mua)?

2．(　) に適切な語を入れて文を完成させなさい。

(1) Xin anh điền (　　) hồ sơ này.
(2) Tôi vẫn còn nhớ (　　) điều đó.
(3) Xin đừng sờ (　　) cái này.
(4) Anh lấy (　　) một cái cho tôi ạ.
(5) Anh ấy (　　) Hà Nội đến lâu rồi.

3．次の日本語をベトナム語に訳しなさい。

(1) 体操した方がいいですよ。　　　　　　　　［anh に向かって］
(2) もう少し注意深くやらなければなりません。［chị を主語に］
(3) 次はナムさんです。
(4) あなたの書類を頂いてもよろしいですか？　［ông に向かって］
(5) この部屋には椅子が１つしかない。

第23課 チケットのリコンファームをする
Tái xác nhận vé máy bay

岡田さんがベトナム航空にチケットのリコンファームのため電話をかける。

Nhân viên hàng không Việt Nam:
   Cám ơn quý khách đã sử dụng dịch vụ của hãng hàng không Việt Nam.
Okada: A-lô. Chị làm ơn cho tôi xác nhận lại vé của tôi.
NV: Dạ, vâng. Xin anh cho biết quý danh.
O: Tên tôi là Masaki Okada. Okada là họ, còn Masaki là tên.
NV: Xin anh chờ một chút. Anh tên là Ma-sa-ki Ô-ka-đa đúng không ạ?
O: Vâng.
NV: Xin anh cho biết tên chuyến bay và ngày xuất phát.
O: Chuyến bay của tôi là VN 954, xuất phát ngày mồng 1 tháng 10.
NV: Xin anh chờ một chút ạ. Xong rồi, anh ạ.
O: Cám ơn chị.
NV: Dạ, không có gì, chào anh.

23.1 単語・表現

tái xác nhận [再確認]	再確認する	họ	姓
nhân viên [人員]	社員	chuyến bay	フライト
quý khách [貴客]	お客様	ngày	日
sử dụng [使用]	利用する、使用する	xuất phát [出発]	出発する
dịch vụ [役務]	サービス	xong	終える、終わる
quý danh [貴名]	お名前、御芳名		

23.2 補充単語（乗物関連）

máy bay	飛行機	chuyến bay	フライト
xe khách [-／客]	長距離バス	tuyến [線]	（バス等の）路線
xe buýt	バス	số ghế [数／-]	座席番号
xe tắc xi	タクシー	số toa [数／-]	車両番号
xe lửa / tàu hoả [-／火]	汽車	vé	切符
đường sắt	鉄道	vé tàu	列車のチケット
xe điện [-／電]	電車	vé ngồi mềm	軟座チケット
xe hơi, xe ô-tô	自動車	vé ngồi cứng	硬座チケット
xe máy, xe mô-tô	バイク	vé nằm	寝台チケット
xe đạp [-／踏]	自転車	thẻ (một tháng)	（1カ月）定期券
xe đạp điện [-／踏／電]	電動自転車	xăng	ガソリン
xe ôm	バイクタクシー	pin	電池、バッテリー

23課　チケットのリコンファームをする　Tái xác nhận vé máy bay

23.3　文法

(1) 動詞 + lại

動詞の後に lại を置いて、動作が 1. 繰り返されること「〜しなおす」、2. 定着すること、3. 元の位置に戻ること等の意味を表す。因みに、動詞の前に lại が置かれると、同じ動作をもう一度繰り返す意味を表す。

1．繰り返し

　Xin thầy nhắc lại một lần nữa ạ.
　　（[先生に]もう一度繰り返して下さい。）
　Thầy giải thích lại một lần nữa, có được không ạ?
　　（先生、もう一度説明して頂けますか。）
　Ông làm ơn cho tôi nói lại một lần nữa ạ.
　　（もう一度言って頂けますでしょうか。）
　Anh hãy xem lại cho kỹ.
　　（もう一度しっかりと見直して下さい。）
　Em cần viết lại nội dung từ đầu.
　　（もう一度最初から書きなおす必要がある。）

2．定着

　Điều đó đã để lại cho tôi nhiều kỷ niệm.
　　（そのことは私に多くの思い出を残していった。）
　Nó đã ghép hai cái đó lại làm một.
　　（あいつはその2つを合わせて1つにした。）

3．戻る

　Xin anh trả lại chìa khoá nhé.
　　（鍵を返して下さいね。）
　Sau khi làm việc xong, nó đã trở lại nơi cũ.
　　（仕事を終えると、あいつは昔の場所に戻った。）

(2) quý ...

公の場面で一部の名詞の前に quý［貴］を置いて丁寧さを表現する。

Kính chào quý khách, đây là hãng vinaphone.
（お客様こんにちは、こちらヴィナフォンでございます。）
Kính thưa các quý vị, tôi xin phép được bắt đầu làm việc.
（皆様、それでは始めさせて頂きます。）
Ông làm ơn cho biết quý danh.
（お名前をお聞かせ下さい。）
Tôi xin gửi tài liệu đến quý cơ quan.
（御社に資料を送らせて頂きます。）
Tôi sẽ đến quý trường vào ngày 20 tháng 10 năm 2010.
（2010年10月20日に貴学へお邪魔させて頂きます。）

今や多くの留学生の大切な足となりつつあるバイク・タクシー（xe ôm）

23課　チケットのリコンファームをする　Tái xác nhận vé máy bay

練習問題

1. 正しい文になるように単語を並べ替えなさい。

   (1) (quý　kính　chào　khách).
   (2) (quý　ông　cho　danh　biết　làm ơn).
   (3) (quý　tôi　đến　sẽ　trường).
   (4) (gửi　đến　sẽ　quý　tôi　tài liệu　cơ quan).
   (5) (trở　sẽ　nơi　tôi　lại　cũ).

2. 次の文を指示にしたがって書き替えなさい。

   (1) Ông làm ơn cho tôi nói.　　　[「もう一度」の意を付加して]
   (2) Cô giải thích cho em, có được không ạ?
   　　　　　　　　　　　　　　　[「もう一度」の意を付加して]
   (3) Em phải viết nội dung.　　　[「もう一度」の意を付加して]
   (4) Chào các bạn.　　　　　　　[より丁寧な表現を用いて]
   (5) Xin anh cho biết tên của anh.　[より丁寧な表現を用いて]

3. 次の日本語をベトナム語に訳しなさい。

   (1) もう一度繰り返して下さい。　　[anh に向かって]
   (2) 辞書を返して下さいね。　　　　[chị に向かって]
   (3) そのことは私に多くの思い出を残していった。
   (4) 私のチケットをリコンファームして頂けますか。
   　　　　　　　　　　　　　　　　[chị に向かって]
   (5) 私のフライトはVN955で、10月1日出発です。

第24課 タクシーにて（ホテルへ）(1)
Trên tắc xi đến khách sạn

岡田さんがほぼ同年代のタクシーの運転手に話しかける。

Okada: Anh làm ơn cho đến khách sạn Venus ở số 7 Lê Văn Hưu.

Người lái xe:
Vâng... Xin lỗi, anh là người Hàn Quốc ạ?

O: Dạ, không.

NLX: Thế anh là người nước nào? Sao anh nói tiếng Việt giỏi thế?

O: Tôi là người Nhật. Tôi học tiếng Việt ở Nhật từ lâu rồi. Mười năm trước, tôi đã từng học ở đây.

NLX: Thế ạ. So với mười năm trước, anh có thấy kinh tế Việt Nam phát triển nhiều không?

O: Tôi thấy kinh tế Việt Nam ngày càng phát triển.

NLX: Còn tình hình kinh tế Nhật Bản thì thế nào, hả anh?

O: Phải nói rằng tình hình không được tốt như mấy năm trước đâu. Hiện nay nhiều công ty bị phá sản. Thêm vào đó, còn có những công ty phải sát nhập với công ty khác để tránh bị phá sản, thế mà vẫn phải cho nhân viên nghỉ việc.

NLX: Thế ạ, tội nghiệp họ quá nhỉ. Tôi tưởng tỷ lệ thất nghiệp ở Nhật Bản thấp, không đến mức trầm trọng như thế.

O: Không ạ. Mấy năm nay, tỷ lệ thất nghiệp tăng nhiều so với các năm trước.

24課　タクシーにて（ホテルへ）(1)　Trên tắc xi đến khách sạn

24.1　単語・表現

trên	上	bị phá sản [被／破産]	倒産する
tắc xi	タクシー	thêm vào đó, ...	それに
Lê Văn Huru [黎文休]	レー・ヴァン・ヒウ（道路名、ベトナムの史書『大越史記』の著者の名前）	còn có ...	～もある
		sát nhập với ... [挿入／-]	～と合併する（sáp nhập とも発音）
		... khác	他の～
người lái xe	運転手	tránh	避ける
người Hàn Quốc [-／韓国]	韓国人	(thế) mà ... vẫn ...	それでも～
người nước nào	何人	nghỉ việc	退職する
sao ...?	どうして	tội nghiệp [罪業]	気の毒な
từ lâu	長い間	... nhỉ	～ですね
so với ...	～と比べる	tưởng [想]	～と思う（事実と異なったことを想像する）
thấy ...	思う、感じる		
kinh tế [経済]	経済		
nhiều	（副詞として）非常に	tỷ lệ [比例]	割合
tình hình [情形]	状況	thất nghiệp [失業]	失業する
... thì ...	～は	thấp	低い
phải nói rằng ...	～と言わざるを得ない	đến mức ...	～の程度にまで、～ほどに
mấy năm trước	数年前	trầm trọng [沈重]	深刻な
hiện nay	現在	mấy năm nay	ここ数年
công ty [公司]	会社	tăng [増]	増加する

24.2　補充単語（時事問題、省庁）

thời sự [時事]	時事ニュース	giáo dục [教育]	教育
chính trị [政治]	政治	tuyển sinh [選生]	入学の際の選抜
xã hội [社会]	社会	du học [游学]	留学する

kinh tế [経済]	経済	đời sống	生活
văn hoá [文化]	文化	gia đình [家庭]	家族、家庭
giải trí [解智]	娯楽（を楽しむ）	sức khoẻ	健康
thể thao [体操]	スポーツ	du lịch [游歴]	旅行
thế giới [世界]	世界	chứng khoán [証券]	株式
khoa học [科学]	学術	an ninh [安寧]	安寧
công nghệ [工芸]	工業技術	pháp luật [法律]	法律
tin học [信学]	情報学、コンピュータ科学	thế giới trẻ [世界／-]	若者世界
		môi trường [媒場]	環境

nước Cộng hoà Xã hội Chủ nghĩa Việt Nam ［-／共和／社会主義／越南］
　　　　　　　　　　　　　　　　　　　　ベトナム社会主義共和国

chính phủ ［政府］　　　　　　　　　　政府
chủ tịch nước ［主席／-］　　　　　　　国家主席
thủ tướng ［首相］　　　　　　　　　　首相
quốc hội ［国会］　　　　　　　　　　 国会
chủ tịch quốc hội ［主席／国会］　　　 国会議長
đảng cộng sản ［党／共産］　　　　　　共産党
tổng bí thư ［総秘書］　　　　　　　　総書記
bộ quốc phòng ［部／国防］　　　　　　国防省
bộ công an ［部／公安］　　　　　　　公安省
bộ ngoại giao ［部／外交］　　　　　　外務省
bộ nội vụ ［部／内務］　　　　　　　　内務省
bộ kế hoạch và đầu tư ［部／計画／-／投資］　計画・投資省
bộ tài chính ［部／財政］　　　　　　　財政省
bộ công thương ［部／工商］　　　　　　商業省
bộ nông nghiệp và phát triển nông thôn ［部／農業／-／発展／農村］
　　　　　　　　　　　　　　　　　　 農業・農村発展省
bộ giao thông vận tải ［部／交通／運載］　交通・運輸省
bộ xây dựng ［部／-］　　　　　　　　　建設省
bộ tài nguyên và môi trường ［部／材源／-／媒場］　資源・環境省
bộ thông tin và truyền thông ［部／通信／-／伝通］　情報・通信省
bộ lao động - thương binh và xã hội ［部／労動／傷兵／-／社会］
　　　　　　　　　　　　　　　　　　 労働・傷病兵・社会省

bộ văn hoá - thể thao và du lịch [部／文化／体操／－／游歴]
　　　　　　　　　　　　　　　　文化・スポーツ・観光省
bộ khoa học và công nghệ [部／科学／－／工芸]　科学・技術省
bộ giáo dục và đào tạo [部／教育／－／陶造]　教育・訓練省
bộ y tế [部／医済]　　　　　　　厚生省
bộ tư pháp [部／司法]　　　　　　司法省
bộ trưởng [部長]　　　　　　　　大臣

24.3　文法

(1) sao / tại sao / vì sao

理由を尋ねる表現として、文頭に sao, tại sao, vì sao 等を置く。

Sao em không nói?　　　　　　（どうして君は言わないの。）
Sao cháu lại khóc?　　　　　　（どうして泣いているの。）
　　　　　　　　　　　　　　　［この lại の使い方は 25 課文法(2)参照］
Tại sao anh lại chọn ngày này?　（どうしてこの日を選んだのですか。）
Tại sao chị không đi ngay bây giờ?　（どうして今すぐに行かないのですか。）
Vì sao nó về sớm như vậy?　　（どうしてあの子はこんなに早く帰って
　　　　　　　　　　　　　　　きたのですか。）
Vì sao hôm nay trên đường có nhiều xe như vậy?
　　　　　　　　　　（どうして今日は道路にこんなに車が多いのですか。）

(2) so với ...

「～と比べて」を意味する表現。

So với hôm qua, hôm nay ấm hơn nhiều.
　（昨日に比べて、今日はずっと暖かい。）
So với anh ấy, Nam nói tiếng Anh tương đối giỏi.
　（彼と比べると、ナムは比較的英語が上手だ。）

So với 15 năm trước, tôi thấy thành phố này đã thay đổi nhiều rồi.
（15年前と比べると、この町はとても変わったと感じます。）

（3）動詞 ＋ rằng / là ...

「～と思う、～と知っている、～と言う」の「～と」に当たる言葉。動詞とその対象となる内容を結び付ける役割を果たす。

Họ nghĩ rằng hiện nay chỉ có phương pháp duy nhất đó thôi.
（彼らは、今はその方法しかないと考えている。）
Tôi cho rằng điều đó hoàn toàn không đúng sự thật.
（そのことは全く事実と異なると思います。）
Người ta tin rằng trong tương lai tình hình sẽ tốt hơn nhiều.
（将来的に状況はずっとよくなるだろうと人々は信じています。）
Tôi chắc là chú Nam đã về nước rồi.
（ナム叔父さんは既に帰国したと思います。）

（4）nghĩ / tưởng ...

いずれも「思う」を意味するが、前者は自分の考えを述べる場合、後者は事実と異なった内容を思いこみで信じていることを述べる場合に用いる。

Tôi nghĩ là hai người đó đã lấy nhau rồi.
（あの二人はもう結婚していると思います。）
Em tưởng là cô ấy đã có chồng rồi.
（彼女はもう結婚していると思っていました。）
Người ta nghĩ rằng chính quyền hiện nay chưa nắm bắt được thực trạng một cách chính xác.
（現政権は正確に現状を把握していないと人々に思われています。）
Ban đầu người ta tưởng là ông ta không đủ năng lực quản lý.
（当初、人々は彼には管理能力が足りないと思っていました。）

24課　タクシーにて（ホテルへ）(1)　Trên tắc xi đến khách sạn

(5) ... (mà) ... vẫn ...

「～だけれども～」と譲歩の意味を表す表現。

Tôi nói bao nhiêu lần mà anh ta vẫn chưa hiểu.
　（何度言っても彼はわからない。）
Em ăn nhiều thế mà vẫn chưa béo lên à?
　（そんなに食べてもまだ太らないの。）
Cháu học rất chăm mà vẫn chưa thi đỗ.
　（一生懸命勉強しても試験に合格しないんです。）

コラム

目下の人への気遣い

　ベトナムで明らかに自分よりも年上の人と話をしているとき、しばしば自分が「叔父さん（chú）・叔母さん（cô）」、あるいは「伯父さん・伯母さん（bác）」と呼ばれることがある。一見戸惑いを感じるこの呼称法も実はベトナム人の細かい気遣いの表れで、明らかにその人達よりも年下である自分に対し、年下としての呼称「弟・妹（em）」や「甥・姪、孫（cháu）」等を直接用いること、つまり上からの目線で呼称することを避け、**自分の子供あるいは孫の立場に立って**あたかも目上の人を呼ぶかのように呼称した結果なのである。我々外国人にとっては複雑この上ない呼称法なのだが、それも大切な気遣いの一部であり、ベトナム文化を知る大切な鍵なのである。もちろんそれに対し、そう呼ばれたからと言って自分を chú, cô, bác と呼ぶことなどありえず、自分と相手の関係において相応しい呼称法（em, cháu, ...）で自称し、相手に対してもそれ相応の呼称法（anh, chị, chú, cô, bác, ...）を用いなければならない。

練習問題

1．正しい文になるように単語を並べ替えなさい。

(1) (em sao nói không lại)?
(2) (lại cháu khóc tại sao)?
(3) Tôi (rồi tưởng là có đã chồng cô ấy).
(4) Tôi (rằng nghĩ đó không điều đúng sự thật).
(5) Tôi (Nam chắc đã là về rồi nước).

2．次の文を指示にしたがって書き替えなさい。

(1) Cháu học rất chăm. Cháu chưa thi đỗ.　［一文に］
(2) Em ăn nhiều thế. Em chưa béo lên à?　［一文に］
(3) Tôi nói bao nhiêu lần. Anh ấy chưa hiểu.　［一文に］
(4) Hôm nay ấm.　［「昨日に比べて」を付加して］
(5) Anh nói tiếng Việt giỏi.
　　　　［「岡田さん（男性）にくらべて」を付加して］

3．次の日本語をベトナム語に訳しなさい。

(1) ［タクシーの運転手に］レー・バン・ヒウ通り6番までお願いします。
(2) あの二人はもう結婚していると思っていたよ。
(3) 私はベトナム経済が日に日に発展していると感じます。
(4) 将来的に状況はずっとよくなるでしょう。
(5) 私は日本の失業率が低いと思っていました。

25課 タクシーにて（ホテルへ）(2)

Trên tắc xi đến khách sạn

24課の会話の続き。

Okada: Thế anh có gia đình chưa?

Người lái xe:
    Dạ, chưa. Tôi vẫn độc thân. Còn anh?

O: Tôi có hai con rồi, một trai và một gái. Bây giờ nuôi cả gia đình cũng rất vất vả. Nhưng chính sự vất vả ấy lại làm cho tôi hứng khởi nhiều.

NLX: Anh đúng là người Nhật Bản nhỉ.

25.1　単語・表現

độc thân [独身]　　独身の
bây giờ　　　　　　今
nuôi　　　　　　　養う
cả gia đình [-／家庭]　家族全員
vất vả　　　　　　苦労する、大変な
chính ... [正]　　正に～が

lại ...　　　　　　かえって（意外性を表す）
làm cho ... ...　　～に～させる
hứng khởi [興起]　奮闘する
đúng là ...　　　　正に～である

25.2 補充単語（教育関連他）

giáo dục [教育]	教育、教育する
học tập [学習]	学習する
học [学]	学ぶ
lớp mẫu giáo [－／母教]	幼稚園
nhà trẻ	保育園
trường tiểu học [場／小学]	小学校
trường trung học cơ sở [場／中学／基礎]	中学校
trường trung học phổ thông [場／中学／普通]	高校
trường đại học [場／大学]	大学
học phí [学費]	学費
tiền nước [銭／－]	水道代
tiền ga [銭／－]	ガス代
tiền điện [銭／電]	電気代
tiền ăn [銭／－]	食費
đi thi	試験を受ける
thi đỗ	試験に受かる
thi trượt / rớt	試験に落ちる
thi tuyển sinh [－／選生]	入学試験
(quyển / cuốn) sách [巻／冊]	本
sách giáo trình [冊／教程]	教科書
(quyển / cuốn) vở [巻／－]	ノート
(cái) bút [－／筆]	ペン
bài tập [－／習]	練習問題、宿題
lớp học [－／学]	クラス
máy tính	パソコン
chương trình [章程]	プログラム
máy di động [－／移動]	携帯電話
học thêm [学／－]	塾に行く、補習クラスで勉強する
thuốc tây [－／西]	西洋薬
thuốc bắc [－／北]	漢方薬
thuốc nam [－／南]	南薬（ベトナム式漢方薬）

đi khám bác sĩ [-／博士]	診察に行く
điều trị [調治]	治療する
đơn thuốc [単／-]	処方箋
thực phẩm chức năng [食品／職能]	健康食品
đồ ăn	食べ物
đồ uống	飲み物
thuê người giúp việc / thuê ôsin	お手伝いさんを雇う

25.3　文法

(1) chính

主語の前に置いて「正に～が」の意味を表す。

Chính người đó là Giáo sư Nguyễn Văn Hiếu.
　（正にその人がグェン・ヴァン・ヒェウ教授です。）
Chính điều đó là vấn đề lớn nhất trong giới kinh doanh Việt Nam.
　（正にそのことがベトナムビジネス界の最大の問題なのです。）
Chính quyền đó là quyển mà tôi đã tìm từ rất lâu.
　（正にその本が私が長い間探していた本です。）
　［この文中の mà は英語の関係代名詞目的格用法（～が～するところの…）に相当］

(2) lại + 動詞

述語動詞の前に lại を置くと、意外性を表す表現となる。

Nó nói không đến mà rốt cuộc lại đến đấy.
　（あいつは来ないと言ったのに、結局来たんだよ。）
Sao em lại không thích nhân vật này?
　（どうしてこの人物が好きじゃないの。）
Nam là người Hà Nội mà lại chưa ăn chả cá lần nào.
　（ナムはハノイ出身なのにチャー・カーを食べたことがない。）

（3）đúng là ...

「正に〜だ」、「本当に〜だ」等、主語の属性を表す述語の意味が真実であることを強調する表現。

Thằng Nam đúng là người Sài Gòn nhỉ, nó rất vui tính đấy!
（ナムは本当にサイゴン人らしいね、とても明るいよ。）
Cô Hà đúng là một người chân thành, không bao giờ nói xấu về người khác.
（ハー先生は本当に誠実な人で、決して他人を悪く言わない。）
Phim này đúng là phim mà tôi đã từng xem ở Hà Nội một lần.
（この映画は正に私がハノイで一度見た映画だ。）

（4）cả / tất cả ...

いずれも「全て」を表す表現だが、cả は一個体の全体、tất cả は個体の集合全体を表す。

Cả gia đình em đều rất khoẻ.　　　　（うちは家じゅう皆元気です。）
Nó đi chơi cả ngày.　　　　　　　　（あの子は一日中遊んでいる。）
Thu đã ăn cả một quả dưa hấu một mình.
　　　　　　　　　　　　（トゥーは一人でスイカまるまる一つ食べた。）
Sau trận động đất đó, tất cả các gia đình đều chuyển nhà hết.
　　　　　　　　　　　　（その地震の後、全ての家族が家を移った。）
Tất cả mọi người đều sinh ra bình đẳng.　（全ての人は平等に生まれてきた。）
Xin chào tất cả các bạn.　　　　　　（皆さんこんにちは。）

（5）... nhỉ

相手に同意を求める気持ちで文末に置かれる語気詞。

Hoa này đẹp quá nhỉ.　　　　　　　（この花きれいだね。）
Em hát hay quá nhỉ.　　　　　　　　（君、歌がうまいね。）
Chuyện này buồn quá em nhỉ.　　　　（この話、悲しいね。）

25課　タクシーにて（ホテルへ）(2)　Trên tắc xi đến khách sạn

練 習 問 題

1．正しい文になるように単語を並べ替えなさい。

(1) (người   chính   đó   anh   là   Nam).
(2) (hát   em   nhỉ   hay).
(3) (bạn   tất   chào   cả   xin   các).
(4) (là   đúng   người   nó   Việt Nam).
(5) (lại   em   không   sao   thích)?

2．次の文を指示にしたがって書き替えなさい。

(1) Cô ấy rất đẹp.　　　［聞き手に同意を求める気持ちを込めて］
(2) Chuyện này rất buồn.　［聞き手に同意を求める気持ちを込めて］
(3) Vân nói tiếng Nhật rất giỏi.
　　　　　　　　　　　［聞き手に同意を求める気持ちを込めて］
(4) Phim này là phim Ba Mùa.
　　　　　　　　　　　［「まさにこれが」の気持ちを込めて］
(5) Hà đã ăn một quả dưa hấu.
　　　　　　　　　　　［「一人でまるまる一つ」の意を付加して］

3．次の日本語をベトナム語に訳しなさい。

(1) トゥーは一日中遊んでいる。
(2) うち（tôi）は家族皆元気です。
(3) 全ての家族が家を移った。
(4) 家族全員を養うのはとても大変です。
(5) あなた（chị）は本当にサイゴン人らしいですね。

26課 タクシーにて（空港へ）
Trên tắc xi đến sân bay

岡田さんがほぼ同年代のタクシーの運転手に話しかける。

Okada: Anh cho tôi đến sân bay Nội Bài. Hôm nay có gì mà trên đường nhiều xe thế!

NLX: Vì hôm nay là thứ bảy mà trời lại mưa nữa, nên đường mới kẹt xe như thế này. Máy bay của anh cất cánh lúc mấy giờ?

O: Tôi bay chuyến tám giờ, nên tôi phải có mặt ở sân bay trước sáu giờ.

NLX: Thế thì chắc chắn là kịp thôi anh ạ.

…

Anh đi chuyến bay quốc tế hay chuyến bay nội địa?

O: Tôi đi chuyến bay quốc tế.

NLX: Sắp đến sân bay rồi. Chúc anh lên đường may mắn.

O: Cám ơn anh.

26課　タクシーにて（空港へ）　Trên tắc xi đến sân bay

26.1　語彙・表現

sân bay	空港	có mặt ở ...	～にいる（在席する）
sân bay Nội Bài	ノイバイ空港（ハノイの国際空港）	chắc chắn là ...	確実に～だ
		kịp	間に合う
... (có gì) mà ... thế	どうしてこんなに～なのだろう	chuyến bay quốc tế [--／国際]	国際便
vì ..., nên ～	...なので、～	chuyến bay nội địa [--／内地]	国内便
đường kẹt xe	道が渋滞する		
cất cánh	離陸する	sắp ...	もうすぐ～
thứ bảy	土曜日	chúc ... lên đường may mắn	道中御無事で
... mà ... lại ... nữa	～である上に～		
bay chuyến ...	～便で行く（飛ぶ）		

26.2　補充語彙（年月日、曜日）

ngày chủ nhật [-／主日]	日曜日	ngày mồng (mùng) chín	九日
ngày thứ hai [-／次／-]	月曜日	ngày mồng (mùng) mười	十日
ngày thứ ba [-／次／-]	火曜日	ngày mười một	十一日
ngày thứ tư [-／次／-]	水曜日	ngày mười hai ...	十二日
ngày thứ năm [-／次／-]	木曜日	ngày ba mươi mốt	三十一日
ngày thứ sáu [-／次／-]	金曜日	tháng một (tháng giêng)	一月（旧暦の名称）
ngày thứ bảy [-／次／-]	土曜日		
ngày mồng (mùng) một	一日	tháng hai	二月
ngày mồng (mùng) hai	二日	tháng ba	三月
ngày mồng (mùng) ba	三日	tháng tư	四月
ngày mồng (mùng) bốn	四日	tháng năm	五月
ngày mồng (mùng) năm	五日	tháng sáu	六月
ngày mồng (mùng) sáu	六日	tháng bảy	七月
ngày mồng (mùng) bảy	七日	tháng tám	八月
ngày mồng (mùng) tám	八日	tháng chín	九月

tháng mười	十月	ngày mồng một tháng tư năm hai nghìn
tháng mười một	十一月	không trăm mười một
tháng mười hai (tháng chạp)		二千十一年四月一日
	十二月（旧暦の名称）	

26.3 文法

（1）vì / bởi vì / tại vì ..., nên ...

理由とその結果を表す表現、vì / bởi vì /tại vì あるいは nên のいずれかを省略することも可能。

Vì hôm nay trời rất lạnh, nên không thấy nhiều trẻ con chơi trên sân vận động.
（今日はとても寒いから、運動場で遊んでいる子供をそれほど見かけない。）
Thằng Quốc không có nhiều bạn, nên suốt ngày nó ở nhà vẽ tranh một mình.
（クォックはそれほど友達がいないので、一日中家にいて一人で絵を描いている。）
Bởi vì cháu Ngọc ở xa gia đình, cháu thường xuyên gọi điện cho mẹ kể chuyện về cuộc sống ở bên này.
（ゴックは家族と離れて暮らしているから、いつもお母さんに電話をしてこちらの生活について話している。）

（2）... mà ... lại ... (nữa)

二つの事態が同時に生じることを述べる表現。

Thầy Nam là người rất hiền mà lại đẹp trai nữa.
（ナム先生は優しい上にハンサムだ。）
Đường cao tốc này rất nhỏ mà lại được xây dựng đã quá lâu rồi.
（この高速道路はとても小さい上に、出来てから大分経つ。）
Thành phố Hồ Chí Minh đang phát triển rất nhanh mà người dân ở đó lại rất cởi mở nữa.
（ホーチミン市は急速に発展している上に、そこにすむ人々はとてもオープンだ。）

26課　タクシーにて（空港へ）　Trên tắc xi đến sân bay

(3) hay / hoặc [或]

二者択一の意味を表す表現。疑問文（「～かそれとも～か」）、肯定文（「～あるいは～」）の両方で使うことが可能。

Cháu nhà anh là cháu trai hay cháu gái?
　（あなたのお子さんは男の子ですか、それとも女の子ですか。）
Em thích uống cà phê hay uống trà?
　（コーヒーが好き、それともお茶が好き。）
Chắc tôi sẽ đi làm ở miền Nam hoặc miền Trung.
　（恐らく私は南部か中部に仕事に行きます。）
Tôi ăn bún chả hay ăn phở cũng được.
　（ブンチャーでもフォーでも、どちらでもいいです。）
Màu này hoặc màu đó, màu nào đẹp hơn hả anh?
　（この色かあの色か、どちらの色が美しいですか。）

(4) sắp ...

「もうすぐ～」と近い未来のことを述べる場合に使う副詞。文末にrồiを伴う場合もある。

Liên sắp tốt nghiệp đại học rồi.　　　（リエンはもうすぐ大学を卒業します。）
Nó sắp đến đây nên mời anh cứ nói chuyện với nó thoải mái.
　　　　　　（あの子はもうすぐ来ますので、ご自由に話して下さい。）
Mẹ tôi sắp ngoài 60 rồi.　　　（私の母はもうすぐ60を過ぎます。）

(5) chúc ... lên đường may mắn

何かを祈念するとき、「chúc + 二人称 + 述語動詞」の構文を用いる。

Chúc con ngủ ngon.　　　（おやすみ。[坊やがよくねむれますように。]）
Chúc em mạnh khoẻ và hạnh phúc.　　　（君が健康で幸せでありますように。）
Kính chúc thầy an khang thịnh vượng, vạn sự như ý.
　（先生の御健康、御健勝、並びに何事も意のままになりますことを祈念致します。）
　[新年の挨拶によく用いられる]

練習問題

1．正しい文になるように単語を並べ替えなさい。

(1) (con chúc ngon ngủ).
(2) (mạnh em chúc khoẻ).
(3) (sắp tôi rồi nước về).
(4) (thích em uống hay uống trà cà phê)?
(5) (trời vì nên tôi lạnh không chơi đi).

2．次の文を指示にしたがって書き替えなさい。

(1) Tôi ăn cơm xong.　　　　［「もうすぐ」の意味を付加して］
(2) Cháu tốt nghiệp tiểu học.　　［「もうすぐ」の意味を付加して］
(3) Tôi bận việc. Tôi không thể đi chơi với anh.　　［一文に］
(4) Nam là người Hà Nội. Nam chưa từng ăn bún bò Huế.　［一文に］
(5) Tôi uống rượu. Tôi uống bia cũng được.　　［一文に］

3．次の日本語をベトナム語に訳しなさい。

(1) ナムがもうすぐ来ますから、自由にお話し下さい。
(2) お宅（chị）のお子さんは男の子ですか、それとも女の子ですか。
(3) 彼はそれほど友達がいないので、一日中家にいます。
(4) スアン先生（cô Xuân）は優しい上に美しい人だ。
(5) 今日は土曜だし雨も降っている。

清水政明（しみず・まさあき）

1967年京都生まれ。大阪外国語大学卒業。京都大学大学院博士課程研究指導認定退学。京都大学学術情報メディアセンター（旧総合情報メディアセンター）語学教育分野助手、大連理工大学外国語学院副教授、首都大学東京オープンユニバーシティ（人文科学研究科）准教授、大阪外国語大学外国語学部准教授を経て、現在大阪大学大学院言語文化研究科教授。専門は文字資料によるベトナム語史（主に音韻史）。

大阪大学外国語学部　世界の言語シリーズ4
ベトナム語

発　行　日	2011年3月30日　初版第1刷	〔検印廃止〕
	2021年3月10日　初版第4刷	

著　　　者　　清　水　政　明
発　行　所　　大阪大学出版会
　　　　　　　代表者　三成賢次
　　　　　　　〒565-0871
　　　　　　　大阪府吹田市山田丘2-7　大阪大学ウエストフロント
　　　　　　　電話　06-6877-1614
　　　　　　　FAX　06-6877-1617
　　　　　　　URL　http://www.osaka-up.or.jp
印刷・製本　　株式会社 遊文舎

ⓒMasaaki SHIMIZU 2011　　　　　　　　Printed in Japan
ISBN 978-4-87259-328-0 C3087

|JCOPY|〈出版者著作権管理機構　委託出版物〉

本書の無断複製は著作権法上での例外を除き禁じられています。複製される場合は、その都度事前に、出版者著作権管理機構（電話 03-5244-5088、FAX 03-5244-5089、e-mail: info@jcopy.or.jp）の許諾を得てください。

大阪大学外国語学部

世界の言語シリーズ 4

ベトナム語
[別冊]

大阪大学出版会

大阪大学外国語学部 世界の言語シリーズ 4

ベトナム語〈別冊〉

本文訳と練習問題解答例

第7課
(本文)
ミン： やあ、久しぶりだね。元気？
ハー： こんにちは。ありがとうございます。元気ですよ、ミンさんは？
ミン： 僕も相変わらずだよ。御両親は元気？
ハー： ありがとうございます。両親も相変わらずです。
ミン： そう。ご家族に長いこと連絡してないよ。御両親によろしくね。
ハー： ええ、ありがとうございます。

トゥー：やあ、久しぶりだね。元気？
ヴァン：こんにちは。ありがとうございます。元気ですよ、トゥーさんは？
トゥー：私も相変わらずよ。御両親はお元気？
ヴァン：ありがとうございます。両親も相変わらずです。
トゥー：そう。ご家族に長いこと連絡してないわ。御両親によろしくね。
ヴァン：ええ、ありがとうございます。

(練習問題)
1.
Thu: Lâu quá (không) (gặp) chị.
　　　Chị có khoẻ không?
Oanh: Cám ơn em. (Chị) khoẻ.
　　　(Em) cũng khoẻ chứ?
Thu: Dạ, cám ơn (chị).
　　　Em vẫn bình thường.
Oanh: Lâu quá chị không liên lạc với gia đình (em).
　　　Cho (chị) gửi lời hỏi thăm hai (bác) nhé.
Thu: Dạ, cám ơn (chị).

2.
(1) (Em) cám ơn (thầy).
(2) (Em) chào (chị) ạ.
(3) Dạ, (không) (có) (gì).
(4) (Cháu) xin lỗi (bác) ạ.
(5) (Con) chào (bố) ạ.
(6) Cho (em) gửi lời hỏi thăm hai bác nhé.
(7) Lâu quá không gặp (bác) ạ.

第8課
(本文)
ハー：　　　（コン、コン）
田中先生：どうぞ。
ハー：　　　おたずね致しますが、ここは田中先生のお部屋でしょうか。
田中先生：そうですが。何か用ですか。
ハー：　　　僕はグェン・ハイ・ハーと申します、ベトナム人留学生です。先生がベトナム語について研究なさっていると伺いました。今日は先生に御相談したいことがあり、訪ねて参りました。
田中先生：そうですか。どうぞ入って。君に会えて嬉しいよ。
ハー：　　　失礼します。このように突然おじゃましておきながら予めご連絡もせず、本当に申し訳ございません。
田中先生：だいじょうぶだよ。訪ねてきてくれただけで嬉しいよ。

ヴァン：　　（コン、コン）
田中先生：どうぞ。
ヴァン：　　おたずね致しますが、ここは田中先生のお部屋でしょうか。
田中先生：そうですが。何か用ですか。
ヴァン：　　私はグェン・ホン・ヴァンと申します、ベトナム人留学生です。先生がベトナム語について研究なさっていると伺いました。今日は先生に御相談したいことがあり、訪ねて参りました。
田中先生：そうですか。どうぞ入って。あなたに会えて嬉しいわ。

1

ヴァン： 失礼します。このように突然おじゃましておきながら予めご連絡もせず、本当に申し訳ございません。
田中先生：だいじょうぶよ。訪ねてきてくれただけで嬉しいわ。
(練習問題)
１．
  (1) Em rất vui được gặp thầy.
  (2) Anh có phải là anh Nam không?
  (3) Mời bác xơi cơm.
  (4) Em xin chân thành cảm ơn cô.
  (5) Xin lỗi em.

２．
  (1) Em có phải là lưu học sinh Nhật Bản không?
  (2) Chị có phải là chị Thu không?
  (3) Đây có phải là phòng cô Thu không?
  (4) Em rất vui được gặp thầy.
  (5) Em nói như vậy là anh mừng lắm rồi.

第9課
(本文)
ハー： え、もう５時ですか。先生とお話していると本当に楽しくて、時間すら忘れてしまいます。恐らく先生もお忙しいでしょうし、僕は失礼します。
田中先生：大丈夫だよ、気にしないで。急な用事は何もないから。おや、もっとお茶をどうぞ。
ハー： いえ結構です。有難うございます。もう十分頂きました。御家族に宜しくお伝え下さい。僕は失礼致します。
田中先生：うん、ありがとう。それじゃあね。時間があれば、遠慮せずここに遊びに来てね。さよなら。

ヴァン： え、もう５時ですか。先生とお話していると本当に楽しくて、時間すら忘れてしまいます。恐らく先生もお忙しいでしょうし、私は失礼します。
田中先生：大丈夫ですよ、気にしないで。急な用事は何もないから。おや、もっとお茶をどうぞ。
ヴァン： いえ結構です。有難うございます。もう十分頂きました。御家族に宜しくお伝え下さい。私は失礼致します。
田中先生：ええ、ありがとう。それじゃあね。時間があれば、遠慮せずここに遊びに来てね。さよなら。

(練習問題)
１．
  (1) (Tôi không thích uống chè).
  (2) (Em đừng quên viết thư nhé).
  (3) (Xin anh đừng uống nhiều).
  (4) (Em cứ tự nhiên).
  (5) (Anh có bận không ạ)?
２．
  (1) Thầy có uống bia không ạ?
  (2) Cháu có thích ăn chè không?
  (3) Em đừng uống rượu nhé.
  (4) Em đừng đi một mình nhé.
  (5) Em không thích đá bóng ạ.

３．
  (1) Anh có thích chơi bóng chày không?
  (2) Hôm nay chị em mình cùng đi chơi nhé.
  (3) Em đừng quên đội mũ nhé.
  (4) Tôi chẳng có chuyện gì vui cả.
  (5) Em đừng đánh lừa nó nhé.

第10課
(本文)
ヒェウ：お尋ねしますが、この車はハイフォン行きですよね。
岡田： すみません。私は昨日ベトナムに来たばかりなので、わかりません。
ヒェウ：え、あなたはベトナム人じゃないんですか。ベトナム語がお上手ですね。
岡田： ええ、私は日本人で、日本から仕事でやってきました。10年前、ここで留学したことがあります。
ヒェウ：そうですか。道理でベトナム語がお上手なんですね。それで、ここで何をなさってるんですか。
岡田： はい、学会に参加しにやってきました。ベトナムの歴史を研究しています。
ヒェウ：それじゃあ、あなたは大学の先生ですか。
岡田： はい、そうです。

フン： お尋ねしますが、この車はハイフォン行ですよね。
岡田： 申し訳ありません。僕は昨日ベトナムに来たばかりなので、わかりません。
フン： え、あなたはベトナム人じゃないんですか。ベトナム語が上手ですね。
岡田： 僕は日本人で、日本から仕事でやってきました。10年前、ここで留学したことがあります。
フン： そうですか。道理でベトナム語が上手なんですね。それで、ここで何をしてるんですか。

岡田： はい、学会に参加しにやってきました。ベトナムの歴史を研究しています。
フン： それでは、あなたは大学の先生ですか。
岡田： はい、そうです。

(練習問題)
1．
　(1) (Nó không phải là người Việt Nam).
　(2) (Minh về Việt Nam gặp bạn cũ).
　(3) (Làm ơn cho tôi đến phố Huế).
　(4) (Quê tôi không phải ở Hội An).
　(5) (Làm ơn cho tôi gặp Hà ạ).
2．
　(1) Tôi không phải là người Việt Nam.
　(2) Nó không phải tên là Thu.
　(3) Bác làm ơn cho cháu gặp Hà ạ.
　(4) Chị làm ơn cho em xem bán đồ ạ.
　(5) Em đến Nhật Bản học tiếng Nhật vài tháng.

3．
　(1) Bác làm ơn cho cháu gặp Minh ạ.
　(2) Bác làm ơn cho cháu hỏi một tí.
　(3) Xe này đi Huế phải không?
　(4) Cô Thu không phải quê ở Hà Nội.
　(5) Hôm qua nó về nhà ăn cơm một mình.

第11課
(本文)
ヒェウ：日本の大学の先生は研究にとても忙しいと聞きますが？
岡田： はい、一般にそうですね。未婚の若い先生の多くはいつも夜遅くまで研究しています。
ヒェウ：すみません、立ち入ったことをお尋ねしますが、あなたは御家族がおいでですか。
岡田： はい、子供が二人います。
ヒェウ：おたくの2人のお子さんは男の子ですか、女の子ですか。
岡田： 男の子一人と女の子一人です。
ヒェウ：「一姫二太郎」*は理想ですよ。
岡田： ありがとう。
　＊ベトナム語では「一人の皇子に一人の王女」という。

フン： 日本の大学の先生は研究にとても忙しいと聞きますが？
岡田： はい、一般にそうですね。未婚の若い先生の多くはいつも夜遅くまで研究しています。
フン： すみません、立ち入ったことをお尋ねしますが、あなたは御家族がおいでですか。
岡田： はいいます。子供が二人います。
フン： おたくの2人のお子さんは男の子ですか、女の子ですか。
岡田： 男の子一人と女の子一人です。
フン： 「一姫二太郎」は理想ですよ。
岡田： どうもありがとうございます。

(練習問題)
1．
　(1) (Em thích ăn gì)?
　(2) (Cái này là cái gì)?
　(3) (Em chưa ăn cơm).
　(4) (Thầy ăn cơm chưa ạ)?
　(5) (Tôi đã hỏi rồi).
2．
　(1) 私にはまだ恋人がいません。
　(2) これはベトナム語で帽子と呼びます。
　(3) あの子はもう家に帰ったの？
　(4) 何が買いたいの？
　(5) 私はもう薬を飲みました。

3．
　(1) Cô thích uống gì ạ?
　(2) Nó đã về nước chưa? – Chưa, nó chưa về.
　(3) Cái này tiếng Nhật gọi là gì?
　(4) Tôi chưa viết thư.
　(5) Tôi (đã) quên rồi.

第12課
(本文)
Ａ：すみません、あの本を見せて下さい。
Ｂ：どの本ですか？

A：その本…、『ベトナム語辞典』です。
B：(客に本を手渡す)
A：これはいくらですか？
B：85,000ドンです。
A：どこで支払えばいいですか？
B：あちらのレジです。
A：有難う。
B：どういたしまして。

A：すみません、あの本を見せて頂けますか？
B：どの本？
A：その本…、『ベトナム語辞典』です。
B：(客に本を手渡す)
A：この本はおいくらですか？
B：85,000ドンですよ。
A：どちらでお支払いすればよいですか？
B：あちらのレジです。
A：ありがとうございます。
B：どういたしまして。

(練習問題)
1．
　(1)（Chị trả tiền ở đây nhé）.
　(2)（Nó đi chơi ở Kyoto）.
　(3)（Tôi có một chiếc xe đạp）.
　(4)（Cái này là cái gì）？
　(5)（Cái này bao nhiêu tiền）？
2．
　(1) Tôi có hai cái đồng hồ.
　(2) Cái này ba mươi lăm nghìn.
　(3) Tôi đã ăn cơm ở cửa hàng.
　(4) Nó đã mua một quả táo.
　(5) Em đã đọc hai quyển tiểu thuyết.

3．
　(1) Nó đã mua ba quyển vở.
　(2) Con mèo này rất dễ thương.
　(3) Cái bàn này tôi không dùng nữa.
　(4) Bưu điện trung tâm ở đằng kia ạ.
　(5) Nó đã ăn phở ở quán phở.

第13課
(本文)
A：この服はいくらですか？
B：この服はとても安いですよ、一着たった10万ドンです。
A：10万ドンですって？そんなに高いの！この手の服はそんなに高くないと思いますよ。8万ドンで売ってくれませんか？
B：おや、それは恐らく御存知ないんでしょう。もう一度服をよく見て下さいよ、この服の布はとっても丈夫です。それに何度洗っても色落ちしませんよ。
A：でも、あっちの店の方があなたの店より安そうですね。いいですよ、もう結構ですから。ありがとう。
B：それじゃ9万ドンなら買いますか？9万ドンなんて最も安い値段ですよ。
A：いいえ、ありがとう…。
B：本当に厳しいですね。わかりました、お売りしましょう。これじゃ少しも儲けがありませんよ。(品物を客に手渡す)
A：ありがとう。

A：この服はおいくらですか？
B：この服は安いよ。一着たった10万ドンだよ。
A：10万ドンですって？それは高いですね。この手の服はそんなに高くはないと思いますが、8万ドンで売ってもらえませんか？
　おや、それはあなたわかってないわね。もう一度服を見てみなさいよ、この服の布はとても丈夫で、しかも何度洗っても絶対色落ちしないわよ。
　、伯母さんの店よりあっちの店の方が安いみたいですね。いいですよ、もう結構ですから、ありがとうござ

います。
B：それじゃ9万ドンなら買うかい？9万ドンなんて最も安い値段だよ。
A：いいえ結構です。ありがとうございます…。
B：本当に厳しい人だね。わかっわたよ、売ってあげよう。これじゃ少しも儲けがないわ。（品物を客に手渡す）
A：ありがとうございます。

(練習問題)
1.
(1) (Cho tôi xem một tí).
(2) (Tôi chỉ có một cái thôi).
(3) (Nam nói tiếng Nhật giỏi nhất).
(4) (Chị trả bao nhiêu tiền một tháng)?
(5) (Để tôi sửa cho).

2.
(1) Nó chỉ nói chuyện một chút thôi.
(2) Cái đồng hồ kia đắt hơn cái này 2.000 yên.
(3) Tôi có xem nhiều lần cũng không hiểu.
(4) Nam cao hơn Thu 5 xăng-ti-mét.
(5) Điều đó làm cho tôi rất buồn.

3.
(1) Thầy Hùng chỉ có một chiếc xe đạp thôi.
(2) Nam cao hơn Thu 20 xăng-ti-mét.
(3) Anh ấy nói tiếng Việt giỏi nhất lớp.
(4) Tôi có nói bao nhiêu lần nó cũng không hiểu.
(5) Để em viết cho.

第14課
(本文)
A：　　もしもし。
鈴木：　もしもし、ナム先生お願いします。
A：　　どのナム先生？
鈴木：　すみません、そちらは8361082番ではありませんか？
A：　　番号違いですよ。
鈴木：　申し訳ありません。

ナム先生の奥さん：
　　　　もしもし。
鈴木：　もしもし、ナム先生のお宅ですか？
奥さん：はい、そうです。
鈴木：　すみません、ナム先生をお願いできますでしょうか？
奥さん：ちょっと待って下さいね。
鈴木：　はい。

A：　　もしもし。
鈴木：　もしもし、トゥー先生お願いします。
A：　　どのトゥー先生？
S：　　すみません。そちらは8361082ではありませんか？
A：　　番号違いだよ。
S：　　申し訳ありません。

トゥー先生の旦那さん：
　　　　もしもし。
鈴木：　もしもし、そちらはトゥー先生のお宅でしょうか？
トゥー先生の旦那さん：
　　　　はい、そうです。
S：　　すみません、トゥー先生をお願いできますでしょうか？
C：　　ちょっと待って下さいね。
S：　　はい。

(練習問題)
1.
(1) (Cho tôi gặp Nam) ạ.
(2) (Em khéo tay lắm).
(3) (Nam rất đẹp trai).
(4) (Tôi nhầm số rồi).

(5)（Món này ngon miệng）.
2．
   (1) Cháu chờ một chút nhé.
   (2) Đây là một chút quà.
   (3) Chị làm ơn cho tôi xem một chút.
   (4) Tôi không ăn một chút nào cả.
   (5) Nó chỉ ăn một chút thôi.

3．
   (1) Cô làm ơn cho em gặp thầy Nan một chút ạ.
   (2) Đấy có phải số máy 080-4321-9876 không ạ?
   (3) Anh nhầm số rồi ạ.
   (4) Đấy có phải là nhà chị Thu không ạ?
   (5) Dạ, đúng (rồi) ạ.

第15課
（本文）
N：もしもし。
S：ナム先生ですか？先生の昔の教え子の鈴木です。僕のこと覚えてらっしゃいますか？
N：やあ、鈴木か。覚えているとも。いつベトナムに来たんだい？
S：はい、8月25日にベトナムに参りました。ここ数日忙しかったので、今日やっと先生にお電話してご挨拶することができました。
N：気にしなくていいよ。電話をくれただけでとても嬉しいよ。どう、時間はあるかい？家に遊びにおいでよ。
S：はい、ありがとうございます。
N：それじゃ明日の午後は大丈夫かい？
S：はい、明日は2時まで約束がありますので、3時頃にお邪魔してもよろしいでしょうか？
N：もちろんいいよ。私の家をまだ覚えている？
S：先生のお宅は以前の場所にありますよね？
N：うん。
S：それじゃ大丈夫です。お宅の近くまで行けば思い出すと思います。
N：うん、それじゃまた明日会おう。さよなら。
S：はい、失礼します。

T：もしもし。
S：トゥー先生ですか？先生の昔の教え子の鈴木です。僕のこと覚えていらっしゃいますか？
T：ああ、鈴木君。覚えていますとも。いつベトナムに来たの？
S：はい、8月25日に参りました。ここ数日とても忙しくて、今日やっと先生にお電話してご挨拶するができました。
T：気にしなくていいわよ。お電話くれただけでもとても嬉しいわ。どう、時間ある？家に遊びにおいでよ。
S：はい。ありがとうございます。
T：明日の午後は大丈夫？
S：はい、明日は2時まで約束がありますから、3時頃伺ってもよろしいでしょうか？
T：もちろんいいわよ。私の家まだ覚えている？
S：先生のお宅はまだ以前の場所ですよね？
T：うん。
S：それじゃ大丈夫です。お宅の近くまで行けば思い出すと思います。
T：うん、それじゃまた明日ね。さよなら。
S：はい、失礼します。

（練習問題）
1．
   (1)（Bây giờ là mấy giờ）?
   (2)（Em vẫn bình thường ạ）.
   (3)（Em đến Nhật bao giờ）?
   (4)（Bây giờ là một giờ rưỡi）.
   (5)（Tôi đi ăn lúc sáu giờ）.
2．
   (1) Bao giờ em đi Việt Nam?
   (2) Nam đã ra khỏi nhà lúc mười một giờ rưỡi.
   (3) Thầy Hiếu sẽ đến trường vào khoảng mười hai giờ.
   (4) Toà nhà này được xây dựng vào năm hai nghìn không trăm mười.
   (5) Em còn nhớ nhà thầy không?

3．
   (1) Cô có nhớ em không ạ?
   (2) Mai em có hẹn đến ba giờ rưỡi.
   (3) Nam vẫn đang nói chuyện với bạn bè.
   (4) Em đến Nhật Bản vào ngày hai mươi tháng tám.
   (5) Sang năm em định lấy anh ấy.

第16課

ラムの母：
　　　　もしもし。
ハー：もしもし、こんにちは。ラム君お願いできますか。
母　：ちょっと待ってね。（ラム、電話よ。）
ラム：もしもし、ラムだよ。
H　：ラム？俺、ハー。お前、宿題終わった？どうしても8番がわからないんだけど。
L　：お前まだ『物理学基礎』読んでないの？その本の中に8番と似た問題があるよ。
H　：そうなの？その本知らないよ。
L　：その本はナム先生が書いたものだもん。
H　：そうなの。もう少ししたらお前の家に行くから、その本見せてよ。
L　：うん。
H　：それとも、ついでにノートも見せてよ。
L　：やめてよ。濡れ衣を着せられたくないからね。
H　：じゃあね。

(練習問題)
1．
　(1) (Tôi bị cảm cúm).
　(2) (Nó bị muỗi cắn).
　(3) (Tôi bị đau bụng).
　(4) (Nó bị kẻ gian ăn cắp tiền).
　(5) (Thu bị tai nạn giao thông).
2．
　(1) Ý kiến của tôi bị nhiều người phê bình.
　(2) Nam cho Thu mượn từ điển tiếng Việt.
　(3) Em có thể giúp cho tôi một chút được không?
　(4) Vân có thể nói được tiếng Nhật.
　(5) Bức tranh này do anh Nam vẽ.

3．
　(1) Nam chưa đọc xong quyển sách này.
　(2) Vân bị con chó sủa.
　(3) Món ăn này là do ai nấu?
　(4) Tôi không thể quên được ngày đó.
　(5) Bài này dễ thế mà.

第17課
(本文)
ヒェウ教授：
　　今日の授業に際して、ベトナムへ実習にやってきたばかりの一人の日本人の友人を皆さんに紹介できることを光栄に思います。岡田君と言い、日本のある大学のベトナム語学部の優秀な学生です。岡田君一言お願いします。
岡田：ヒェウ先生並びに本日ご列席の先生方、皆様、自己紹介させて頂きます。僕は岡田正樹と申します。日本、大阪大学の1年生です。豊田先生という日本の有名なベトナム学研究者のご指導の下、ベトナムの言語と文化を学んでいます。私はベトナムの言語だけではなく、ベトナムの食文化にも関心があります。ベトナム語を学ぶ過程で、先生方、皆さんのご協力を頂ければと思います。どうぞよろしくお願い致します。以上です。
ヒェウ教授：
　　岡田君ありがとう。

(練習問題)
1．
　(1) (Thu được mời đến liên hoan).
　(2) (Việt được thầy giáo khen).
　(3) (Tôi mong được gặp lại anh).
　(4) (Em chưa được nghe tin đó).
　(5) (Em không có bút để viết).
2．
　(1) Nó không những ghét học mà còn luôn nghỉ học.
　(2) Anh ấy không những thích ăn món ăn Việt Nam mà còn nấu được rất ngon.
　(3) Hôm nay tôi đến trường để mượn sách của thư viện.
　(4) Xin cảm ơn sự giúp đỡ của anh.
　(5) Cháu tên là Khánh.

3．
　(1) Tôi mới bắt đầu học tiếng Việt.
　(2) Nó mới ăn cơm xong.
　(3) Anh ấy đang trên đường đi làm.
　(4) Tôi sẽ cố gắng hoàn thành nhiệm vụ.
　(5) Nhiều người không có nhà để ở.

第18課

(本文)

ヒェウ教授：
　本日の会議に際して、ベトナムへ研究にやってきた一人の日本人をご紹介できることを光栄に思います。岡田君という日本の優秀な若手の歴史学者です。岡田君一言お願いします。

岡田：ヒェウ教授並びに本日ご列席の同僚の皆さん、こんにちは。自己紹介させて頂きます。私は岡田正樹と申します。日本の大阪大学で大学院生をしております。日本の著名な歴史学者である元木教授の指導の下、ベトナムの思想史、特に風水思想の歴史について研究しています。私はベトナムの思想史だけではなく、宗教史にも関心があります。テーマについて研究する過程で、是非皆さんのご協力を賜れればと思います。教授並びに皆さんどうぞよろしくお願い申し上げます。以上です。

ヒェウ教授：
　岡田君有難う。互いの学術領域における協力関係が日に日に発展することを望んでいます。

(練習問題)

1．
(1) (Tôi nghiên cứu về lịch sử Nhật Bản).
(2) (Em quan tâm đến kinh tế thế giới).
(3) (Tôi không đề cập đến vấn đề đó).
(4) (Càng nhiều người tham dự càng vui).
(5) (Cuộc sống ở đây khổ).

2．
(1) 私達は離れれば離れるほどお互いが恋しくなる。
(2) ナムさんを（あなたに）紹介させて下さい。
(3) なるべく早く私に送って下さい。
(4) 互いの協力関係は発展するでしょう。
(5) 皆さんのご協力が得られることを望んでいます。

3．
(1) Đặc biệt là lời nói của Nam đã làm cho tôi buồn.
(2) Cuộc họp sẽ được tổ chức vào ngày mai.
(3) Tôi xin phép được tự giới thiệu.
(4) Tôi đang nghiên cứu về kinh tế Việt Nam dưới sự hướng dẫn của giáo sư Hiểu.
(5) Mời anh Okada phát biểu vài lời.

第19課

(本文)

ハー：この店はハノイで最も有名なお店の一つですよ。ここで食べたことありますか。
岡田：いえ、まだです。ここにはどんな料理があるんですか。
H：ここにはハノイの各種郷土料理があります。揚げ春巻きとか、ブンチャーとか。
O：いいですね。ここで食べましょう。ブンチャーが大好きですが、まだここで食べたことはありません。
H：恐らくいつもマイ・ハック・デー通りで食べるんじゃないですか。
O：はい。あそこの店はここほど広くありませんが、ホテルに近い上に、とても美味しいですよ。
H：私もあそこの店をいくつか知っていますが、この店のブンチャーを是非食べてみて下さい。あなたを失望させることは決してないですから。
O：それじゃ、入りましょう。

(練習問題)

1．
(1) (Cháu ăn thử xem).
(2) (Chị đi Mỹ lần nào chưa)?
(3) (Em thích những món nào)?
(4) (Tôi chưa nghe lần nào).
(5) (Em đã từng đi Hà Nội hai lần).

2．
(1) Anh Hiểu rất thông minh, và lại rất hiền.
(2) Tôi chưa từng đọc truyện cổ Việt Nam lần nào.
(3) Cửa hàng kia không ngon bằng cửa hàng này.
(4) Thu giỏi tiếng Anh hơn Nam.
(5) Hà Nội là một trong những thành phố đẹp nhất ở Việt Nam.

3．
(1) Em ăn thử cho vui nhé.
(2) Thầy đã ăn bún chả lần nào chưa?
(3) Hương Lan là một trong những ca sĩ đẹp nhất ở Việt Nam.
(4) Quyển sách này hay, và lại rẻ tiền.
(5) Ở đây có các món ăn đặc sản Huế, nào là bún bò, nào là bánh bèo.

第20課

(本文)

T：すみません。何にしましょう。

ハー ：少し待って下さい。少ししたらまた呼びます。
店員 ：はい、どうぞご覧ください。（メニューを客に渡す）
ハー ：私はブンチャーと揚げ春巻きを食べます。あなたは？
岡田 ：私もブンチャーと揚げ春巻きを食べます。アイスティーも１杯飲みたいですね。
ハー ：他に何か注文しますか？
岡田 ：恐らくそれで十分でしょう？
ハー ：それで十分だと思います。十分でなければ、後で追加注文してもいいですしね。
岡田 ：はい。
（練習問題）
１．
　(1)（Tôi muốn đi Việt Nam）.
　(2)（Cái này cũng được）.
　(3)（Cháu ăn nữa đi）.
　(4)（Để bác giúp cho）.
　(5)（Mời cô xơi nước）.
２．
　(1) Em đi một mình cũng được.
　(2) Nếu không thích, thì chị vứt đi.
　(3) Nếu ngài mai chị không đến, thì tôi rất buồn.
　(4) Mời bác xơi cơm.
　(5) Anh có muốn đi Kyoto một mình không?
３．
　(1) Xin anh chờ cho một chút ạ.
　(2) Cháu đi một chút nữa thì sẽ thấy trường.
　(3) Cô sửa bài cho.
　(4) Nếu không có từ điển tiếng Việt, thì từ điển tiếng Nhật cũng được.
　(5) Ngoài bún chả ra, anh có muốn ăn món gì nữa không?

第21課
（本文）
ハー ：　すみません。
店員 ：　はい。
H ：　ブンチャー２セットと…揚げ春巻きは１皿いくつありますか？
店員 ：　２つです。１つ１つはこんなに大きいですよ。
H ：　それじゃ、２皿下さい。
店員 ：　はい。何か飲み物はよろしいですか。
H ：　あ、忘れてました。アイスティーを２杯頂きます。
店員 ：　はい。少しお待ち下さい。
（練習問題）
１．
　(1)（Cháu chưa ăn gì cả）.
　(2)（Nó chẳng biết gì cả）.
　(3)（Tôi không có gì mới cả）.
　(4)（Tôi chưa gặp ai cả）.
　(5)（Tôi không nghe chuyện gì hay cả）.
２．
　(1) Ở Osaka tôi chưa gặp ai cả.
　(2) Mỗi năm tôi đi gặp thầy giáo một lần.
　(3) Cháu đã đọc bao nhiêu trang rồi?
　(4) Mỗi người có một ý kiến.
　(5) Năm nay cháu nhà anh mấy tuổi rồi?
３．
　(1) Mọi người đều biết cả.
　(2) Tất cả mọi điều đã làm cho Nam thất vọng.
　(3) Em nặng bao nhiêu cân?
　(4) Cô có uống gì không ạ?
　(5) Cho tôi xin 2 cốc trà đá.

第22課
（本文）
フロント：
　　　　　こんにちは。
岡田 ：　こんにちは。私は日本から来た岡田です。
NVLT ：　はい。この書類にご記入下さい。パスポートを頂いてもよろしいですか？
O ：　はい、どうぞ。（パスポートをフロントに渡す）
NVLT ：　はい、有難うございます。
O ：　お尋ねしますが、ここでは客のフライトチケットをリコンファームしてくれますか？

NVLT： いいえ、直接航空会社へお電話頂く必要があります。どの航空会社ですか？
O： （チケットをフロントに渡す。）
NVLT： ベトナム航空ですね。これはベトナム航空の電話番号です。こちらは、部屋の鍵と朝食券です。朝食に行かれる際には忘れずに御持参下さい。食堂は2階にあります。
O： ありがとう。はい（書類を）お渡しします。
NVLT： はい。

（練習問題）
1．
(1) (Miền bắc Việt Nam có bốn mùa).
(2) (Ở trên bàn có ba chai bia).
(3) (Hà Nội ở miền bắc Việt Nam).
(4) (Còn anh thì nghĩ như thế nào)?
(5) (Anh cần mua gì)?

2．
(1) Xin anh điền (vào) hồ sơ này.
(2) Tôi vẫn còn nhớ (đến) điều đó.
(3) Xin đừng sờ (vào) cái này.
(4) Anh lấy (giúp) một cái cho tôi ạ.
(5) Anh ấy (từ) Hà Nội đến lâu rồi.

3．
(1) Anh nên tập thể dục.
(2) Chị phải cẩn thận hơn một chút.
(3) Tiếp theo là anh Nam.
(4) Ông đưa cho tôi giấy tờ của ông có được không ạ?
(5) Trong phòng này chỉ có một chiếc ghế thôi.

第23課
（本文）
ベトナム航空社員：
　ベトナム航空のサービスをご利用頂き有難うございます。
岡田：もしもし。チケットのリコンファームをお願いします。
NV： はい。お名前をお聞かせ下さい。
O： 名前はオカダ・マサキです。オカダが姓で、マサキが名です。
NV： 少々お待ち下さい。お名前はマサキ・オカダで正しいでしょうか？
O： はい。
NV： フライト名と出発日をお聞かせ下さい。
O： フライトはVN 954で、出発日は10月1日です。
NV： 少々お待ち下さい。終わりました。
O： ありがとうございます。
NV： どういたしまして、さようなら。

（練習問題）
1．
(1) (Kính chào quý khách).
(2) (Ông làm ơn cho biết quý danh).
(3) (Tôi sẽ đến quý trường).
(4) (Tôi sẽ gửi tài liệu đến quý cơ quan).
(5) (Tôi sẽ trở lại nơi cũ).

2．
(1) Ông làm ơn cho tôi nói lại một lần nữa.
(2) Cô giải thích lại cho em một lần nữa, có được không ạ?
(3) Em phải viết lại nội dung.
(4) Kính chào các quý vị.
(5) Xin anh cho biết quý danh.

3．
(1) Xin anh nhắc lại một lần nữa.
(2) Xin chị trả lại từ điển nhé.
(3) Điều đó đã để lại cho tôi nhiều kỷ niệm.
(4) Chị có thể xác nhận lại vé của tôi được không?
(5) Chuyến bay của tôi là VN955, xuất phát ngày mồng 1 tháng 10.

第24課
（本文）
岡田： レー・ヴァン・ヒウ通り7番地のLasvegasホテルまでお願いします。
運転手：はい。…すみません、あなたは韓国人ですか？
O： いいえ。
'LX： それじゃ、何人なんですか？どうしてそんなにベトナム語がお上手なんですか。
　　 私は日本人です。日本で長いことベトナム語を勉強しています。10年前、ここで学んだことがあります。

NLX：	そうですか。10年前と比べて、ベトナム経済は大きく発展したと思いますか？
O：	ベトナム経済は日増しに発展していると思います。
NLX：	日本経済の方はどうですか？
O：	数年前ほどはよくないと言わざるをえません。現在多くの会社が倒産しています。それに、倒産を逃れるために他の会社と合併しなければならない会社もあり、それでもなお社員を解雇せざるをえないんですよ。
NLX：	そうですか。お気の毒ですね。日本の失業率は低く、そんなに深刻な程度には至ってないと思っていました。
O：	いいえ。ここ数年、以前の年に比べて失業率が上がってきています。

(練習問題)

1．
(1) (Sao em lại không nói)?
(2) (Tại sao cháu lại khóc)?
(3) Tôi (tưởng là cô ấy đã có chồng rồi).
(4) Tôi (nghĩ rằng điều đó không đúng sự thật).
(5) Tôi (chắc là Nam đã về nước rồi).

2．
(1) Cháu học rất chăm mà vẫn chưa thi đỗ.
(2) Em ăn nhiều thế mà vẫn chưa béo lên à?
(3) Tôi nói bao nhiêu lần mà anh ấy vẫn chưa hiểu.
(4) So với hôm qua, hôm nay ấm hơn.
(5) So với anh Oksada, anh nói tiếng Việt giỏi hơn.

3．
(1) Anh làm ơn cho đến số 6 Lê Văn Hưu.
(2) Tôi tưởng hai người đó đã lấy nhau rồi.
(3) Tôi thấy tình hình kinh tế Việt Nam ngày càng phát triển.
(4) Trong tương lai, tình hình sẽ tốt hơn nhiều.
(5) Tôi tưởng tỷ lệ thất nghiệp ở Nhật Bản thấp.

第25課

(本文)

岡田：	それで、あなたは結婚してるんですか？
運転手：	いいえ、まだです。私はまだ独身です。あなたは？
岡田：	私は子供が二人います。男の子一人と女の子一人です。今では家族全員を養うのもとても大変です。しかしその苦労そのものが私を奮闘させてくれるんですよね。
運転手：	あなたは本当に日本人らしいですね。

(練習問題)

1．
(1) (Chính người đó là anh Nam).
(2) (Em hát hay nhỉ).
(3) (Xin chào tất cả các bạn).
(4) (Nó đúng là người Việt Nam).
(5) (Sao em lại không thích)?

2．
(1) Cô ấy đẹp quá nhỉ.
(2) Chuyện này buồn quá nhỉ.
(3) Vân nói tiếng Nhật giỏi quá nhỉ.
(4) Phim này đúng là phim Ba Mùa.
(5) Hà đã ăn cả một quả dưa hấu một mình.

3．
(1) Thu đi chơi cả ngày.
(2) Cả gia đình tôi đều khoẻ.
(3) Tất cả các gia đình đều chuyển nhà.
(4) Nuôi cả gia đình rất vất vả.
(5) Chị đúng là người Sài Gòn nhỉ.

第26課

(本文)

岡田：	ノイバイ空港までお願いします。今日は一体どうして道がこんなに混んでいるんでしょうね。
運転手：	今日は土曜日で雨も降っていますから、道がこんなに混んでいるんです。あなたの飛行機は何時に飛びますか？
O：	8時の飛行機で飛び立ちますから、6時までには空港にいなければなりません。
NLX：	それなら必ず間に合いますよ。
	…
	国際線ですか、それとも国内線ですか？
O：	国際線です。
NLX：	もうすぐ空港に着きます。道中お気をつけて。
O：	有難うございます。

(練習問題)

1.
(1) (Chúc con ngủ ngon).
(2) (Chúc em mạnh khoẻ).
(3) (Tôi sắp về nước rồi).
(4) (Em thích uống trà hay uống cà phê)?
(5) (Vì trời lạnh nên tôi không đi chơi).

2.
(1) Tôi sắp ăn cơm xong rồi.
(2) Cháu sắp tốt nghiệp tiểu học rồi.
(3) Vì tôi bận việc, nên tôi không thể đi chơi với anh.
(4) Vì Nam là người Hà Nội, nên chưa từng ăn bún bò Huế.
(5) Tôi uống rượu hay uống bia cũng được.

3.
(1) Nam sắp đến, nên mời anh cứ nói chuyện với nó thoải mái.
(2) Cháu nhà chị là con trai hay con gái?
(3) Vì anh ấy không có nhiều bạn, nên suốt ngày ở nhà.
(4) Cô Xuân là người rất hiền mà lại đẹp nữa.
(5) Hôm nay là thứ bảy mà trời lại mưa nữa.

Osaka University Press